ചിരിക്കാവ്

Bodhi Books
Pathiyoor P.O., Kayamkulam
Alappuzha - 690508, Kerala, India
E-mail: bodhibooks03@gmail.com
Tel: +91 9447304886

CHIRIKKAVU
by **Sini Muthassi**
Children's Literature / Malayalam

First Published by Bodhi Books: September, 2023

Typesetting: Bodhi Books
Cover & Book Design:
Chembarathi Creatives, Kottayam
Cover and Inside Illustrations:
Aradhya Jayapal

ISBN: 978-81-959647-5-8

Production No. B-B-158-1-200-10-23

Printed and bound in India by
Repro Mumbai

ചിരിക്കാവ്

സിനി മുത്തശ്ശി

ബോധി ബുക്സ്
കായംകുളം - 690 508

ചിരിക്കാവ്

സിനി മുത്തശ്ശി

ബോധി ബുക്സ്
കായംകുളം - 690 508

പ്രസാധകക്കുറിപ്പ്

വളരെക്കാലം കുട്ടികളുമായി ഇടപഴകിയ അനുഭവപരിചയമാണ് സിനിമുത്തശ്ശിക്ക് കുട്ടികൾക്കുവേണ്ടി എഴുതാൻ പ്രേരണ നൽകുന്നത്. കഥയും കവിതയുമൊക്കെയാണ് മുത്തശ്ശിയുടെ എഴുത്തിലധികലും. സ്നേഹം, സഹാനുഭൂതി തുടങ്ങിയ മാനവിക ഗുണങ്ങൾ കുട്ടികളുടെ ഹൃദയത്തിൽ മുളപൊട്ടാനുതകും വിധമുള്ള ആഖ്യാനത്താൽ അനുഗൃഹീതമാണ് അവരുടെ കഥകൾ. ഈ ചിരിക്കാവും അതിൽ നിന്നും വിഭിന്നമല്ല. ഏറെ അഭിമാനത്തോടെയാണ് ബോധി ബുക്സ് ഈ പുസ്തകം മലയാളത്തിലെ മിടുക്കികൾക്കും മിടുക്കന്മാർക്കും മുതിർന്ന കുട്ടികൾക്കുമായി സമർപ്പിക്കുന്നത്.

സിനി മുത്തശ്ശി

ആലപ്പുഴ ജില്ലയിലെ മാവേലിക്കര ഇറവുങ്കരയിൽ ജനനം. കൃഷ്ണ നാചാരി കല്യാണിയമ്മാൾ ദമ്പതികളുടെ അഞ്ചാമത്തെമകൾ. സരോ ജിനി വിജയൻ എന്നാണ് ഔദ്യോഗികനാമം.

ആലപ്പുഴ ചാത്തനാട് പ്രൈമറി സ്കൂൾ, ആലപ്പുഴ എസ്ഡിവി എച്ച്എസ്സ്എസ്സ് എന്നിവിടങ്ങളിൽ വിദ്യാഭ്യാസം. മുപ്പത്തിമൂന്നുവർഷം അംഗൻവാടി അദ്ധ്യാപിക.

അംഗൻവാടി പെൻഷനേഴ്സ് അസ്സോസിയേഷൻ സംസ്ഥാന പ്രസി ഡന്റ്. സാമൂഹിക സാംസ്കാരിക രംഗത്തും സജീവം.

ഭർത്താവ്: തച്ചുശാസ്ത്ര വിദഗ്ധനായിരുന്ന എം. പി വിജയനാചാ രി (late)

മക്കൾ: അശോക് കുമാർ വിജയൻ,
എച്ച്എസ്സ്എസ്സ് റിട്ട. അദ്ധ്യാപകൻ,
രാജേശ്വരി, അംഗൻവാടി
രാജലക്ഷ്മി, അംഗൻവാടി
ശിവപ്രസാദ്, കേരള പൊലീസ്

വിലാസം: മൂത്തിരേഴത്ത്, തുറവൂർ പി.ഓ, ചേർത്തല-688532
ഫോൺ: 9048170252

ചിത്രകാരി - **ആരാധ്യ ജയ പാൽ**, 3 വയസ്സ്

മുഖമൊഴി

എന്റെ നാലാമത് പുസ്തകമാണ് ചിരിക്കാവ്. പലപ്പോഴായി കുട്ടികൾക്കുവേണ്ടി പറഞ്ഞു കൊടുത്ത കഥകളാണിപ്പോൾ പുസ്തക രൂപത്തിലാവുന്നത്. ഇതെഴുതുമ്പോഴും പറയുമ്പോഴും ഇന്നത്തെയും നാളത്തെയും കുഞ്ഞുമക്കളായിരുന്നു മനസ്സുനിറയെ. മുതിർന്ന മക്കളും പോയകാലത്ത് കുഞ്ഞുങ്ങളായിരുന്നവരും ഈ കഥകൾ ആസ്വദിക്കുന്നതായി കണ്ടിട്ടുണ്ട്. ചുരുക്കത്തിൽ കഥകേൾക്കാൻ താല്പര്യമുള്ള ഏതുകാലത്തെയും മനുഷ്യരെ ഞാൻ മുന്നിൽകാണുന്നു.

എന്റെ കുട്ടികൾ, ഈകഥ വായിക്കാനിടവരുന്നവർ, സ്നേഹം, സൗഹാർദ്ദം, ജീവകാരുണ്യം, വിനയം, പ്രതിബദ്ധത തുടങ്ങിയ മൂല്യങ്ങളെക്കുറിച്ചു മനസ്സിലാക്കുകയും ആഗുണങ്ങളെ സ്വാംശീകരിക്കുകയും ചെയ്യണമെന്ന ആഗ്രഹത്തോടെയാണ് ഞാൻ കഥകൾ പറഞ്ഞിട്ടുള്ളത്. ഈ കഥകൾ ആരുടെയെങ്കിലും മനസ്സിൽ ചലനമുണ്ടാക്കിയാൽ ഞാൻ കൃതാർത്ഥയായി.

ഈ പുസ്തകത്തിന് ഹൃദയത്തിൽ തൊടുന്ന അവതാരിക എഴുതിയനുഗ്രഹിച്ച തോമസ് പുളിക്കൻ സാർ, എന്റെ എഴുത്തിനു പ്രോത്സാഹനം തരുന്ന ഉണ്ണിക്കൃഷ്ണൻ മാഷ്, കുംസീനസിസ്റ്റർ, പ്രിയപ്പെട്ട കുടുംബാംഗങ്ങൾ എന്നിവരോടും പുസ്തക പ്രസാധനം ഏറ്റെടുത്ത ബോധിബുക്സിനോടുമുള്ള നന്ദിയും കടപ്പാടും ഇവിടെ രേഖപ്പെടുത്തുന്നു.

ഒത്തിരി സ്നേഹത്തോടെ,

19.09.2023
തുറവൂർ

സിനി മുത്തശ്ശി

സമർപ്പണം

തുറവൂർ നിവാസികളായ കൊച്ചുമക്കൾക്ക്...

കുട്ടിക്കഥകളുടെ അത്ഭുതജാലകങ്ങൾ!

കുട്ടികൾ ഈശ്വരന്റെ നീട്ടിവെച്ച കരങ്ങളെന്ന്; ജ്ഞാനികൾ പറയുന്നു! കുട്ടികളുടെ ലോകം വർണ്ണാഭമാണ്! പൂക്കളും പക്ഷികളും കാടും മലയും ആനയും സിംഹവും ഒക്കെ നിറഞ്ഞ മധുര മനോഹരമായ ഹരിതലോകം! അവർ ജീവിതത്തിന്റെ വസന്തത്തിലാണ്! ആടിയും പാടിയും മുത്തശ്ശിക്കഥകൾ കേട്ടും വളർന്നവരാണ് നമ്മുടെ പഴയ തലമുറയിലെ കുട്ടികൾ! പിന്നീടുവന്നവർക്ക്

കുട്ടിക്കഥകളുടെ മായികലോകം തുറന്നത് കുട്ടികളുടെ മാസികകളും ചെറിയ കുട്ടിപ്പുസ്തകങ്ങളുമായിരുന്നു. പൂമ്പാറ്റ, ബാലരമ, ബാലമംഗളം, അമ്പിളിമാമൻ തുടങ്ങി എത്രയെത്ര വർണ്ണപ്പുസ്തകങ്ങൾ! അതിലെ ചിത്രകഥകൾ, കുഞ്ഞിക്കഥകൾ, കവിതകളുമൊക്കെ വായിച്ചും സ്വപ്നം കണ്ടുമാണ്; ഞങ്ങളുടെ തലമുറകളൊക്കെ വായനയുടെ വിശാലതയിലേക്ക് നടന്നുവന്നത്!

ഇന്ന്; ആ കാലവും കടന്നുപോയി! ദൃശ്യമാധ്യമങ്ങളുടെ വേലിയേറ്റത്തിൽ വായന കുറഞ്ഞു. കാഴ്ചകളുടെ ധാരാളിത്വത്തിൽ പുതിയ തലമുറയും കുട്ടികളും മറ്റൊരു ലോകത്തിലാണെന്ന് സംശയരഹിതമായ് പറയാം. ഗുളികപ്പരുവത്തിൽ കഥകൾ പറഞ്ഞുതരുന്ന കളികളും കാർട്ടൂൺ സിനിമകളും നമ്മുടെ അകത്തളങ്ങളെ കീഴടക്കിക്കഴിഞ്ഞു. ടി.വി.യും മൊബൈലും തുറന്നുവച്ച്, ആശ്ചര്യത്തിന്റെ അത്ഭുതലോകങ്ങളിൽ സ്വയം മറന്നിരിക്കുന്നു, ഇന്നിന്റെ കുട്ടിക്കൂട്ടങ്ങൾ! എങ്കിലും വായന പൂർണ്ണമായും മരിച്ചിട്ടില്ല! സ്കൂൾ ലൈബ്രറികളിലും നാട്ടകങ്ങളിലെ സാംസ്ക്കാരികക്കൂട്ടങ്ങളിലും ചെറിയ തോതിലാണെങ്കിലും

വായന മടങ്ങിവരുന്നുണ്ട്.

പുസ്തകങ്ങൾ ഇന്നലെകളുടെ ജീവിത സംസ്കാരത്തിന്റെ വിത്തുകളാണ്! നമുക്കന്യമായ കാലത്തിന്റെ ചിത്രണങ്ങളും കഥകളും അവ, വരും തലമുറകൾക്കായ് ഹൃദയത്തിൽ പേറുന്നു! വായനയിലേക്ക് കുട്ടികളെ മടക്കിക്കൊണ്ടു വരാൻ രസകരമായ ജിജ്ഞാസയും അത്ഭുതവും നിറയുന്ന കഥകളും കവിതകളുമുണ്ടാകണം. ബാലസാഹിത്യമെന്ന ഉദാത്തമായ ശ്രേണിയിലേക്ക് സരോജിനി വിജയൻ എന്ന "സിനി മുത്തശ്ശി"യും കടന്നുവരുന്നു. കവിതയിൽ നിന്നൊരു മാറി നടത്തം!

കുട്ടികളെ ചിരിപ്പിക്കുകയും ചിന്തിപ്പിക്കുകയും മാത്രമല്ല ജിജ്ഞാസയും അത്ഭുതവും ജനിപ്പിക്കാൻ കഴിയുന്ന സുന്ദരവും രസകരവുമായ കഥകളാണ് സിനിമുത്തശ്ശിയുടെ പുതിയ പുസ്തകം.

മുടന്തൻ കുന്നിലെ ഭാഗ്യ; മാന്ത്രിക കുടുക്ക; ആനക്കള്ളനും ആറ്റൻ കുരങ്ങും മുതൽ അത്ഭുതപട്ടി, ചിരിക്കാവ് വരെ, നീളുന്ന ഇരുപത്തൊന്ന് സുന്ദരകഥകളാണിതിന്റെ ഉള്ളടക്കം!

മുതലകളുടെ പുറത്തേറി യാത്ര ചെയ്യുന്ന കുട്ടനും കുരങ്ങൻമാർ ചെണ്ടമേളം നടത്തുന്ന കുറുക്കന്റെ കല്യാണ സദസ്സ് (കുറുക്കന്റെ കല്യാണം) ഒക്കെ, വല്ലാത്തൊരു വായനാവിരുന്നൊരുക്കുന്നുണ്ട്. അനേകം മൃഗങ്ങളുടെ പക്ഷിജാലങ്ങളുടെ വീടാണ് കാടകങ്ങൾ. കാട്ടുതീയിൽ ഹരിതസ്വപ്നം തകർന്ന ജീവിവർഗ്ഗങ്ങളുടെ കഥപറയുന്നു. "കാടിന്റെ കണ്ണീർ"! വെള്ളത്തൊപ്പിക്കാരൻ എലിയുടെ കൂടെ അത്ഭുതലോകം കാണാനിറങ്ങുന്ന തങ്കുവെന്ന പൂച്ചയുടെ ജിജ്ഞാസയുണർത്തുന്ന കഥ പറയുന്നു. 'തങ്കുവും മാന്ത്രിക എലിയും'!

വനദേവതകളുടെ കുറുക്കന്മാരുടെ കഥ പറയുന്ന 'കുറുക്കൻമല' പക്ഷികളും മുയലുകളും തുടങ്ങി; അത്ഭുതം നിറഞ്ഞ വന്യമൃഗങ്ങൾ നിറഞ്ഞുനിൽക്കുന്ന കാടിന്റെ കഥകൾ! കുഞ്ഞുമനസ്സുകൾക്ക് വിരുന്നൊരുക്കുന്ന കഥകൾ!

കുട്ടികളിൽ വായനാശീലം വളർത്തുക മാത്രമല്ല; കാടും മനുഷ്യജീവിതവും തമ്മിലുള്ള നാഭീ-നാളബന്ധം മാത്രമല്ല പ്രകൃതി സംരക്ഷണത്തിന്റേയും മാനുഷിക നന്മകളുടേയും മഹത്തായ മൂല്യങ്ങൾ കഥയിലൂടെ പകർന്നു നൽകുന്നു എഴുത്തുകാരി!

ചിരിക്കാവ്; നല്ലൊരുപാഠം നൽകുന്ന കഥയാണ്. സിംഹരാജാവാണെങ്കിലും പരസഹായമില്ലാതെ ജീവിക്കാനാവില്ലെന്ന

മഹാസത്യം വിളിച്ചുപറയുന്നു.

ചിരിക്കാനും പരസ്പരം സ്നേഹിക്കാനും നാം പഠിക്കണം എന്ന മഹത്തായ സന്ദേശം കഥ മുന്നോട്ടുവയ്ക്കുന്നു! ഈ നിയമം കാട്ടിൽ മാത്രമല്ല; നാടിനും ആവശ്യമാണ്!

'കുറുക്കന്മാരുടെ ആൾമാറാട്ടം' കുട്ടികൾക്ക് വളരെ ഇഷ്ട പ്പെടുന്ന രസികൻ കഥയാണ്. കുരങ്ങച്ചനാണ് കാര്യങ്ങൽ ഒപ്പി ക്കുന്നത്; എനിക്ക് വളരെയേറെഇഷ്ടം തോന്നിയ കഥ!

കുട്ടികളുടെ ഭാവനയ്ക്ക് ചിറകുകൾ നൽകുന്ന അതിമാ നുഷ ഭാവങ്ങളും അത്ഭുതങ്ങളും നിറഞ്ഞ ഒരു ലോകം സിനി മുത്തശ്ശി ഒരുക്കിവയ്ക്കുന്നു.

വായിച്ചു രസിക്കാനും ചിരിക്കാനും സങ്കൽപിക്കാനും അത്ഭു തം കൂറാനും നമ്മുടെ കുഞ്ഞുമക്കളെ പ്രാപ്തരാക്കുന്ന ഭാവന യുടെ ഉദാത്തലോകത്താണ്; ഈ കഥകൾ ജീവിക്കുന്നത്! ബാല സാഹിത്യത്തിന്റെ മേഖലയിൽ; പുതിയൊരു താരോദയം തന്നെ യാണ്; സിനിമുത്തശ്ശി; എന്ന സരോജിനി വിജയൻ!

എഴുത്തുകാരിക്ക് ഹൃദയം നിറഞ്ഞ ഭാവുകങ്ങൾ! കഥ പറ യുക; ഇനിയും!

ചേർത്തല.
15-09-2023 **ഡോ. തോമസ് വി. പുളിക്കൻ**

അകം

അധ്വാനത്തിന്റെ ഫലം

ഇത് കുറെ വർഷങ്ങൾക്ക് മുമ്പുള്ള ഒരു കഥയാണ്. നാട്ടിൽ ജനവാസം കൂടിയപ്പോൾ കൃഷി ചെയ്യാൻ മണ്ണുതേടി ഒരു കുടുംബം മലനാട്ടിൽ എത്തി. കുറച്ചു സ്ഥലം താമസ യോഗ്യമാക്കി. കുറെ ഭാഗങ്ങൾ കൃഷി ചെയ്യാനും കണ്ടെത്തി. പലതരം ഫലവൃക്ഷങ്ങൾ നട്ടു പിടിപ്പിച്ചു. വളക്കൂറുള്ള മണ്ണായതിനാ

ൽ അതിവേഗം ഫലങ്ങൾ കിട്ടിത്തുടങ്ങി. അങ്ങനെ സമാധാനവും സന്തോഷവുമായി അവർ കഴിഞ്ഞു കൂടി.

ചില ദിവസങ്ങളിൽ കാട്ടുമൃഗങ്ങൾ കൃഷിയിടത്തിലൂടെ കടന്നു പോകുന്നത് പതിവായി മാറി. അപ്പോൾ അവര് ഓർക്കയായി, ഭക്ഷണം തേടിയുള്ള വരവായിരിക്കാമെന്ന്!.

ഒരു ദിവസം രാവിലെ വിളവെടുപ്പിന് (കാച്ചിൽ, ചേമ്പ്, ചേന, മറ്റു കിഴങ്ങുകൾ) പോകാൻ മൺവെട്ടിയും, തൂമ്പയുമായി നടന്നു ചെന്നു. കൃഷിക്കാർ ചെയ്യുന്നത് കുരങ്ങന്മാർ നോക്കി നിന്നു. വലിയ ഇനം വെട്ടു ചേമ്പ് കിളച്ച് മറിച്ചിട്ടപ്പോൾ അമ്മയോടു ചോദിച്ചു. 'ഇതെന്താണെന്ന്?'

'ചേമ്പ്, ചേമ്പ്...' ആവർത്തിച്ച് 'ചേമ്പ്, ചേമ്പ് എന്ന് അവരും പറഞ്ഞുകൊണ്ടിരുന്നു'.

അന്നേരം അമ്മ പറഞ്ഞു- 'കുരങ്ങു മക്കളേ ഇത് പുഴുങ്ങാനാ, പുഴുങ്ങിത്തിന്നാൽ നല്ല സ്വാദാ- വീട്ടിലോട്ട് വാ.' വീട്ടിലെത്തിയപ്പോൾ, ഒരു പറ്റം കുരങ്ങൻ കുടുംബങ്ങൾ വീട്ടു പടിക്കൽ കാത്തിരുപ്പുണ്ട്.

വേഗം ചേമ്പ് പുഴുങ്ങി വലിയൊരു കുട്ടയിലിട്ടു. ആവി പറക്കുന്ന ചേമ്പ് വെന്ത് മലർന്ന് കിടക്കുന്നു!. അവര് നോക്കിയിരുന്നു.

'മൃഗമക്കളെ വാ' - എന്നാൽ ചൂട്, ചേമ്പ് എടുത്ത് കൈപൊള്ളിയത് അമ്മ കണ്ടു!.

'മക്കളെ മാറിയിരിക്ക് ആറീട്ട് തിന്നാം' അവരനുസരിച്ചു.

രണ്ടു ദിവസം കഴിഞ്ഞ് കാട്ടു താള് കറിവെയ്ക്കാൻ എടുക്കാൻ പോയി. വെട്ടിയിട്ട കൂമ്പു താളുകൾ കപികൾ വീട്ടിലെത്തിച്ചു. താളു കറി നന്നായി തേങ്ങ അരച്ച്, കടുക് വറുത്തിട്ട മണം കുരങ്ങരുടെ മൂക്ക് തുളച്ചു പോയി!. സന്തോഷം കൊണ്ട് ഓടും ചാടും കസർത്തുൾ കാണിച്ച് പല്ലിളിച്ചിരുന്നു!. താളുകറിയുടെ വാർത്ത കാറ്റ് കാട്ടിൽപ്പരത്തി - വിവരങ്ങൾ അറിഞ്ഞ, കുറുനരികളും, ചെന്നായയും കഴുതകളും ജാഥപോലെ വന്നു തുടങ്ങി.

ഒരു ദിവസം കൊമ്പനും പിടിയാനയും കൂടി വീട്ടുപടിക്കൽ നിന്നും വിളിച്ചു. അമ്മ പുറത്തിറങ്ങിയപ്പോൾ തലയാട്ടി തുമ്പി കൈ പൊക്കി വിശപ്പറിയിച്ചു. അന്ന് അവർക്ക് കൊടുക്കാൻ കൂടുതൽ ഭക്ഷണം ഉണ്ടാക്കിയിരുന്നു. വീട്ടമ്മ വലിയൊരു പാത്രം നിറയെ വെള്ളമെടുത്ത് പുറത്ത് വെച്ചു. ആവശ്യം പോലെ ചോറും, കറികളും, വാഴക്കുലകളും വിശപ്പ് തീരെക്കഴിച്ചിട്ട്

സന്തോഷത്തോടെ സലാം പറഞ്ഞ് പോയി!. ഇതോടെ കൂടുതൽ മൃഗങ്ങൾ എത്തിത്തുടങ്ങി പറമ്പിനു ചുറ്റും കാവൽക്കാരെപ്പോലെ നിലയുറപ്പിച്ചു.

വീണ്ടും അടുത്ത വിളവെടുപ്പിനുള്ള സമയമായി കിളച്ചു കൂട്ടിയ സാധനങ്ങൾ കുരങ്ങന്മാർ കുട്ടകളിലാക്കി. എല്ലാം കൂടി ആന എടുത്ത് വീട്ടിൽകൊണ്ട് വെച്ചു. ഉച്ചയായപ്പോൾ പുറത്തെ അടുപ്പിൽ കിഴങ്ങുകൾ എല്ലാം കൂടി പുഴുങ്ങി. വലിയ കുട്ടയിൽ നീട്ടി വെച്ചു കൊടുത്തു. വിശപ്പ് തീർന്നപ്പോൾ അവിടെക്കിടന്ന് ഉറങ്ങി. ആന ഒരു വലിയ പനയുടെ ചുവട്ടിൽ നിന്ന് വിശ്രമിക്കുകയായിരുന്നു. സമയം അർദ്ധരാത്രി ആയപ്പോൾ കുറുക്കന്മാരും ചെന്നായ്ക്കളും പുലിപ്പുറത്തേറി, വയസ്സനായ സിംഹവും ഉണ്ടായിരുന്നു. ആനയുടെ അടുത്തു ചെന്ന് കുറുക്കന്മാർ ഓരിയിട്ടു!. അപ്പോൾ എല്ലാരും ഉണർന്ന്, പുലിപ്പുറത്തിരുന്നുകൊണ്ട് സിംഹം ആനയോടു ചോദിച്ചു.-

'നീയോണോ രാജാവ്. ഞാനാണോ?'

ആന സാവധാനം പറഞ്ഞു. 'കാര്യം എന്താണ്?'

'കാട്ടിലെ വിഭവങ്ങൾ നിങ്ങൾ മാത്രം കഴിച്ചാൽ മതിയോ'?

'കാറ്റു വന്നു പറഞ്ഞു കിഴങ്ങ് പുഴുങ്ങിയ മണം - അത് ഓർത്തപ്പോൾത്തന്നെ നാവീന്ന് വെള്ളം നിറഞ്ഞുപോയി!'

ആന, ' അതാണോ കാര്യം? എത്രയോ കാലങ്ങളായി ഈ കാടും, നമ്മുടെ കൂട്ടരും ഇവിടെത്തന്നെ ഉണ്ടല്ലോ? വളരെ വൃദ്ധരായ ആ മാതാപിതാക്കൾ മണ്ണിനോട് മല്ലടിച്ചിട്ടാണ് ഓരോന്ന് ഉണ്ടാക്കുന്നത് ? ഞങ്ങളും അവരോടൊപ്പം സഹായിക്കാൻ ചേർന്നതുകൊണ്ടാണ് വിശപ്പ് മാറുന്നത്. ചുമ്മാതെ കാട്ടിലെ മൃഗങ്ങളെ കൊന്നു തീർക്കാതെ പോയിപ്പണി ചെയ്തു കഴിയൂ.'

ഇത് പുലിക്കും, സിംഹത്തിനും ഒട്ടും സഹിച്ചില്ല!. സിംഹം ആനയുടെ മേലെ ചാടിക്കയറി. കരിവീരൻ അപ്പോൾ തുമ്പി കൈയ്യുയർത്തി അവരെ നിലത്തടിച്ചു ഞെരിച്ചു! ഇത് നോക്കി നിന്നവർ ജീവനും കൊണ്ട് ഓടിപ്പോയി.

ആനക്കള്ളനും ആറ്റൻകുരങ്ങും

താന്നിക്കാട് എന്ന പ്രദേശത്തിലെ ജനങ്ങൾ സമാധാനമായിക്കഴിഞ്ഞു വരികയായിരുന്നു. എന്നാൽ ആയിടെ അവിടങ്ങളിൽ ഒരു ഭിക്ഷക്കാരൻ വരാൻ തുടങ്ങി. പകൽ സമയങ്ങളിൽ ഭിക്ഷക്കാരനും, രാത്രികാലങ്ങളിൽ ആൾമാറാട്ടം നടത്തി, വീടുകളിൽ കയറി ഇറങ്ങി മോഷണവും നടത്തിയിരുന്നു. അന്നൊക്കെ വീട്ടിൽ കള്ളൻ കയറി എന്നു പറയുന്നത് വലിയ കുറച്ചിൽ പോലെ ആയിരുന്നു.

ദിവസങ്ങൾ കഴിയും തോറും മോഷണവിവരം പറയാൻ മടിച്ചിരുന്നവർ പയ്യെ പയ്യെ പറഞ്ഞു തുടങ്ങി. 'എന്റെ അറയിൽ സൂക്ഷിച്ചിരുന്ന 15 പവൻ ആഭരണങ്ങളും, അമ്പതിനായിരം രൂപയും' 'മറ്റിടങ്ങളിൽ നിന്നും വില പിടിപ്പുള്ള ഓട്ടു പാത്രങ്ങളും' അങ്ങനെ കുറെ കളവുപോയ സംഗതി ഓരോരുത്തരായി പറഞ്ഞു തുടങ്ങി മോഷണം, മൊത്തം പരന്നു. കള്ളൻ ഭയം പലരുടെയും ഉറക്കം കെടുത്തി. ആ സംഭവങ്ങളുടെ സൂത്രധാരൻ ആനക്കള്ളനും, ആറ്റൻ കുരങ്ങനും ആയിരുന്നു! എത്ര പണിപെട്ടിട്ടും കള്ളന്മാരെ പിടികൂടാൻ സാധിച്ചിരുന്നില്ല!.

ആയിടെ ഒരു വീട്ടിൽ തൊഴുത്തിന്റ പുറകിൽ കള്ളൻ പതുങ്ങി നില്ക്കുന്നത് വീട്ടുകാരൻ കണ്ടു. രഹസ്യമായി ഭാര്യയോടു പറഞ്ഞു, രാത്രിയായപ്പോൾ വീട്ടുകാരൻ ഭാര്യ, സുമതിയെ വിളിച്ച് ഉറക്കെ പറഞ്ഞു, 'എടീ, സുമതി നീ നമ്മുടെ ഓട്ടുപാത്രങ്ങളെല്ലാം മച്ചിന്റെ പുറത്ത് കൊണ്ട് വെയ്ക്ക്.'

കള്ളൻ അത് വ്യക്തമായി കേട്ടിട്ട് സന്തോഷിച്ചു നിന്നു. 'എല്ലാം കിടന്ന് ഉറങ്ങട്ടെ. അവന്റെ വിചാരം!'.

അന്ന് പതിവിലും നേരത്തെ അവര് കിടന്നു. പക്ഷേ കള്ളനെക്കുറിച്ചുള്ള വിചാരമായിരുന്നു മനസ്സിൽ! ഗോപൻ ചേട്ടൻ വലിയ കൂർക്കംവലി തുറന്നു വിട്ടു. കണ്ണടയ്ക്കാതെ കാത്തിരുന്നു!. സമയം അർദ്ധരാത്രിയായപ്പോൾ പുരപ്പുറത്ത് വല്ലാത്ത ഒരു ശബ്ദം കേട്ടു! കള്ളൻ മേക്കൂടിന്റെ വളയത്തിൽ തൂങ്ങി നിന്നിട്ട് ഒറ്റച്ചാട്ടം!. 'ഹയ്യോ' എന്ന് കരഞ്ഞോണ്ട് ഉറങ്ങാതെ കിടന്നവരുടെ ദേഹത്തേക്കാണ് ചാടി വീണത് - കള്ളൻ വേദനകൊണ്ട് പിടഞ്ഞോണ്ട് വീട്ടുകാരനോട്, 'എടാ, കള്ളക്കൊരങ്ങാ, നീ എന്താടാ മച്ചിടാഞ്ഞത് ? അതല്ലേടാ ഞാനീക്കിടപ്പ് കിടക്കുന്നത്?'. ഗോപന് കലി കയറി, 'എടാ, തലയ്ക്ക് വെളിവില്ലാത്തവനേ, എന്റെ പുരക്ക് മച്ചില്ലെങ്കി നിനക്കെന്ത് ചേതമാടാ?' 'കക്കാൻ വന്നതും പോരാ എന്നിട്ടും എന്റെ കുറ്റമോ? മണ്ടൻക്ണാപ്പൻ. എടീ സുമതി ആ അരിവാ ഇങ്ങ് എടുത്തേ, ഒന്ന് താങ്ങട്ടെ'. അതും പറഞ്ഞു നില്ക്കുമ്പോൾ കള്ളൻ മയങ്ങിപ്പോയി. തല പൊട്ടി ചോര ഒലിച്ചിട്ട് ചോര നില്ക്കുന്നില്ല, അവനത് അറി

യുന്നുമില്ലാ!

സുമതി പറഞ്ഞു - 'ചേട്ടാ, ഇനിയും ഒന്നും പറയണ്ടാ - ദേ കണ്ടില്ലേ?' അയാൾക്ക് അലിവു തോന്നി. കുറച്ചു ചുവന്നുള്ളിയും , തുളസിയിലയും കൂടി ചതച്ചെടുത്ത് സുമതിയുടെ മേൽമുണ്ട് വലിച്ചു കീറി വച്ചു കെട്ടി. അപ്പോഴും അവന് വേദന അറിയുന്നില്ലായിരുന്നു. നേരം ഒരു മാതിരി വെളുക്കാറായി. കള്ളൻ കണ്ണു തുറന്ന് ചുറ്റിലും നോക്കി! തലയിൽ എന്തോ? ഒന്ന് തടവി നോക്കി. ഉടനെ സുമതി പറഞ്ഞു. 'ചേട്ടാ - തല മുറിഞ്ഞിട്ടുണ്ട്. മരുന്ന് വെച്ചു കെട്ടിയതാ. അത് അങ്ങനെതന്നെ ഇരിക്കട്ടെ!' 'ശകലം വെള്ളം വേണം'. വേഗം വെള്ളം തിളപ്പിച്ചാറിച്ച് കൊടുത്തു! തല നേരെ നിന്നപ്പോൾ കള്ളന്റെ മനസ്സിൽ സ്നേഹത്തിന്റെയും, പശ്ചാത്താപത്തിന്റെയും തിരകൾ ഉയർന്ന് വരുന്നതു പോലെ തോന്നി! അവൻ ഗോപന്റെ കാലിൽ വീണു തേങ്ങിക്കരഞ്ഞു! ഒന്ന് നേരെ നിന്നിട്ട്, ഒന്ന് കൈകൾ കൂപ്പി കൂവിക്കൂവി വിളിച്ചു. മറുകൂവൽ കേട്ടു മുകളിലേക്ക് നോക്കി! ഉടനെ ആകെ വീടിന് ഒരു കുലുക്കം ഉണ്ടായി! അവര് ഇരുന്നിടം കുലുങ്ങിക്കുലുങ്ങി പൊങ്ങാൻ തുടങ്ങി. തൽക്ഷണം ഓലവീട് ഉയർന്ന് പറക്കും പോലെയായി. നേരം വെളുത്തപ്പോൾ അയാൾ ഒരു മന്ത്രം ജപിച്ചോണ്ട് നില്ക്കുന്നു. ശകലം നേരം കൊണ്ട് ഓലപ്പുര നിന്നിടം ഓടിട്ട വീടും മച്ചുള്ള മുറികളുമായി മാറി. എന്ത് അത്ഭുതം? അങ്ങനെ നോക്കി നില്ക്കുമ്പോൾ ആറ്റൻ കുരങ്ങൻ (കൊമ്പുള്ള ആറ്റൻ കുരങ്ങൻ) ചിറകു വീശി ആ വീട്ടലേക്ക് വന്നു. ആറ്റൻ പറഞ്ഞു, 'അതാ, അവൻ ആനക്കള്ളനാ - ഞാൻ ആറ്റൻ കുരങ്ങും ആവശ്യമുള്ളപ്പോൾ വിളിച്ചോളൂ. ഞങ്ങൾ രണ്ടും ഒന്നു തന്നെയാണ്'. വേഗം അവര് അപ്രത്യക്ഷരായി.

അത്ഭുത പട്ടി

ഷാജിയുടെ വീട്ടിലെ വളർത്തു നായ് ഒരു പ്രത്യേക സ്വഭാവക്കാരനായിരുന്നു. വീട്ടുകാർ അവനെ പട്ടി എന്ന് വിളിച്ചിരുന്നില്ല. മനുഷ്യൻ പറയുന്ന കാര്യങ്ങൾ നല്ലപോലെ ശ്രദ്ധിച്ചിട്ടാണ് ഓരോന്നും ചെയ്തിരുന്നത്.

പ്യാരി എന്നായിരുന്നു അവന്റെ പേര്. തറയിലോ മണ്ണിലോ കിടക്കാതിരുന്നതിനാൽ ഒരു കസേരയും, കിടക്കയും അവന് കൊടുത്തിരുന്നു. രാവിലെ പേപ്പർ എടുത്ത് സിറ്റൗട്ടിൽ കൊണ്ടു വെയ്ക്കുമായിരുന്നു. പശുവിനു വെള്ളം കൊടുത്ത പാത്രങ്ങളും മറ്റും അടക്കള വാതുക്കൽ കൊണ്ടുചെന്നു, കുരച്ച് വിവരം അറിയിക്കുമായിരുന്നു. സന്ധ്യ ആയാൽ അലക്കിയിട്ട തുണികൾ എടുക്കാൻ കുട്ടികളെ വിളിച്ച് കൊണ്ടുവന്നു കാണിക്കും. ഭക്ഷണ പാത്രം പൈപ്പിന്റെ അടുത്ത് ചെന്ന് കഴുകി വൃത്തിയാക്കുന്നതും അവന്റെ പ്രത്യേകത ആയിരുന്നു.

ഒരു ദിവസം യജമാനൻ ജോലിക്ക് പോകാൻ ഒരുങ്ങുമ്പോൾ പ്യാരി രണ്ടു കാലിലും ഷൂസ് വലിച്ചു കയറ്റി മനുഷ്യരെ പോലെ നടന്നു തുടങ്ങി. വീട്ടുകാർക്ക് ആശ്ചര്യമായി. അതുകൊണ്ട് സ്നേഹത്തോടെ പ്യാരി എന്നു വിളിക്കുമ്പോൾ സന്തോഷ് കൊണ്ട് ഡാൻസു ചെയ്യുമായിരുന്നു. ഒരു ദിവസം ഒരു പഴയ സ്കൂൾ ബാഗ് എടുത്ത് കഴുത്തിൽ ഇട്ട് സ്കൂൾ ബസ്സിലേക്ക് ചാടിക്കയറി ഫ്രണ്ടിലെ സീറ്റിൽ സ്ഥാനം ഉറപ്പിച്ചു. അന്നേരം യജമാനൻ പറഞ്ഞു. 'മോനെ നിനക്ക് സ്കൂളിൽ പോകണോ?' യജമാനൻ മക്കൾ പഠിക്കുന്ന സ്കൂളിൽ ചെന്ന് 'എന്റെ പ്യാരി നല്ല ബോധമുള്ളവനാ' - 'പ്ലീസ് ഒരു ദിവസത്തേക്ക് ഒരു മിനിട്ട് ക്ലാസ്സ് അറേഞ്ചുമെന്റ്സ് കണ്ടോട്ടെ'. പ്രയറിന്റെ സമയത്ത് അവനും ഗ്രൗണ്ടിൽ ഹാജരായി ഡിസിപ്ലിൻ പാലിച്ചു. സ്കൂൾ അധികാ

രികൾ പ്യാരിയുടെ പെരുമാറ്റം മൈക്കിലൂടെ പലതവണ പ്രശംസിച്ചു.

ഒരിക്കൽ സാർ കാർ സ്റ്റാർട്ടു ചെയ്തപ്പോൾ അവനും കാറിൽക്കയറി യജമാനൊപ്പം വണ്ടി ഓടിക്കാൻ തുടങ്ങി. കുറെ കഴിഞ്ഞപ്പോൾ വാഹനം റോങ്ങ് സൈഡിലൂടെ ആണെന്ന് യജമാനനെ കാണിച്ചുകൊടുത്തു! വളരെ വേഗം വാഹനം സ്റ്റിയറിംങ്ങ് തിരിച്ച് ശരിയായ റൂട്ടിലൂടെ മുന്നോട്ട് പോയി-യജമാനൻ ഹാർദ്ദമായി അവനെ തലോടി!

വീട്ടുകാരിലും നാട്ടുകാരിലും പ്യാരി അത്ഭുത ജീവിയായി മാറി. ബൈക്കും കാറും ഓടിക്കാൻ പഠിച്ചുകഴിഞ്ഞു. ഒരു ദിവസം അവന്റെ സാറ് പ്രഭാത സവാരിക്ക് പോയപ്പോൾ അവനും കൂടെ പ്പോയി. കുറച്ചുദൂരം കഴിഞ്ഞപ്പോൾ പാഞ്ഞു വന്ന ഒരു കാർ അവരെ തട്ടിയിട്ട് കടന്നു കളഞ്ഞു. പ്യാരി കാറിനെ പിൻതുടർന്ന് ഓടി. ഒടുവിൽ കാറുകാര് ഒരു കടയിൽക്കയറി. ഈ സമയം നോക്കി അവൻ കാറിന്റെ നമ്പർ പ്ലെയിറ്റ് കടിച്ചുകൊണ്ട് പോന്നു. യജമാനിന്റെ അടുത്ത് ഇട്ടിട്ട്, നേരെ വീട്ടിൽ പോയി മകനെ കൂട്ടികൊണ്ടുവന്നു.

അവസാനം നമ്പർ പ്ലെയിറ്റില്ലാതെ ഓടിച്ചു വന്ന വാഹനത്തെ പോലീസ് പിടികൂടി. അവന്റെ യജമാനൻ ചികിത്സ തേടി ആശുപത്രിയിലുമായി. വീണ്ടും കേസ്സ് കോടതിയിലെത്തി. സാക്ഷി വിസ്താരം തുടങ്ങിയപ്പോൾ ആരാണ് സാക്ഷി ഉള്ളത്? അപ്പോൾ ത്തന്നെ കഴുത്തിൽ ഇടിച്ചു തെറിപ്പിച്ച വണ്ടിയുടെ നമ്പർ പ്ലെയിറ്റുമായി സാക്ഷികൂട്ടിൽ ഹാജരായി-കോടതി മുറിയിൽ അസാമാന്യം ബുദ്ധിയുള്ള നായെ എല്ലാവരും അഭിനന്ദിച്ചു.

അത്ഭുത അലക്ക് കല്ല്

വളരെപ്പണ്ട് നമ്മടെ നാട്ടിൽ ഒരു പാവപ്പെട്ട അലക്കുകാരി ഉണ്ടായിരുന്നു. മാധവി എന്നായിരുന്നു അവരുടെപേര്. ഭർത്താവിന് തീരെ വയ്യാതെ കിടപ്പിലുമായിരുന്നു.

ഒരു ദിവസം ഉച്ചസമയം ആയപ്പോൾ അപരിചിരനായ ഒരു ഭിക്ഷക്കാരൻ അവരുടെ വീട്ടിൽ വന്നു. വാതിക്കൽ നിന്നുകൊണ്ടു തന്നെ പറഞ്ഞു. 'എനിക്ക് നല്ല വിശപ്പും ദാഹവുമുണ്ട്.' അത് കേട്ട മാധവി അദ്ദേഹത്തിനോട് പറഞ്ഞു - 'സ്വാമി ശകലം നേരം വിശ്രമിച്ചാലും.' പെട്ടന്ന് തന്നെ വെള്ളം കൊടുത്തു. ഭക്ഷണം വേഗം തയ്യാറാക്കി. ബഹുമാനപൂർവ്വം അദ്ദേഹത്തെ ആ മൺകുടിലിലേക്ക് ക്ഷണിച്ചു. ഇട്ടുകൊടുക്കാൻ ഒന്നും അവിടെയില്ലായിരുന്നു. പെട്ടന്ന് ഒരു തോർത്ത് അലക്കി വൃത്തിയാക്കി വച്ചിരുന്നത് മണലിന്റെ മേൽ മടക്കി ഇട്ടു. അദ്ദേഹത്തോട് പറഞ്ഞു. ആഹാരം കഴിക്കാം. അന്ന് അവിടെ ഉള്ളതു മാത്രമാണ് കൊടുത്തത്. എന്നാൽ ആ ആഹാരം ഭിക്ഷുവിന് വലിയ സന്തോഷം നല്കി. യാത്ര പറഞ്ഞിറങ്ങാൻ നേരത്ത് വയ്യാതെ കിടക്കുന്ന ആളിന്റെ അടുത്ത് ചെന്ന് ഒന്നു നോക്കി. തിരിഞ്ഞു നിന്നിട്ട്, 'കുഞ്ഞേ നിന്റെ പെരുമാറ്റം നന്നേ ഇഷ്ടപ്പെട്ടു! അതിനാൽ നിനക്കൊരു അനുഗ്രഹം തരുന്നു.''നീ അലക്കിയല്ലേ കഴിയുന്നത്?' 'ഇതാ ഇത് അത്ഭുതകല്ലാണ്' - ഈ ചെറിയ കല്ല് നിന്റെ കല്ലിന്മേൽ പതിച്ചുവയ്ക്കണം. തുണി കല്ലിൽ തൊട്ടാൽ സുഗന്ധവും, വെണ്മയും ഉണ്ടാവും. ഈ രഹസ്യം പുറത്ത് പറയരുത്. 'അന്നത്തെ അലക്ക് കഴിഞ്ഞാൽ കല്ല് അവിടെ ഉണ്ടാവില്ല. വീണ്ടും പ്രഭാതത്തിൽ ധ്യാനിച്ചാൽ യഥാസ്ഥാനത്ത് കല്ല് വരും.' ഇത്രയും പറഞ്ഞ് അദ്ദേഹം നടന്നപ്പോൾ ഭിക്ഷുവിന്റെ വേഷം മാറി - തേജ്വസിയായ ഒരു സന്യാസി ആയി മാറി. അവര് അദ്ദേ

ഹം നിന്ന സ്ഥലം തൊട്ട് പ്രാർത്ഥിച്ചു. 'ജഗദീശ്വരാ!'

പിറ്റേദിവസം മുതൽ അലക്കിയിടുന്ന തുണികൾക്ക് സുഗന്ധ വും വെണ്മയും കൂടിയതിനാൽ ആ വാർത്ത നാട്ടിൽ പരന്നു. കൊട്ടാരത്തിലും വിവരങ്ങൾ അറിഞ്ഞു. ബോധ്യമായതിനാൽ അവരെ കൊട്ടാരത്തിലേയ്ക്ക് വിളിപ്പിച്ചു. അങ്ങനെ കൊട്ടാരം അലക്കുകാരിയായി തീർന്നു. അതോടെ അവരുടെ ദുരിതങ്ങൾ തീർന്നു. ഭർത്താവിനും സന്തോഷമായി. ക്രമേണ അവരുടെ കു ടിലുമാറി - നല്ലവീടും ഉണ്ടായി.

പതിവുപോലെ അലക്കാൻ ചെന്നപ്പോൾ എത്ര ധ്യാനിച്ചിട്ടും കല്ലില്ലാ! കൊട്ടാരത്തിലേക്ക് കരഞ്ഞോണ്ട് പോയി മഹാരാജാ വിനെ വിവരം അറിയിച്ചു. മഹാരാജൻ - ''ങേ... എന്തേ, നമ്മു ടെ രാജ്യത്ത് അലക്കുകല്ലിനും കള്ളനോ?'' ''ആരെവിടെ?'' ഭട ന്മാർ ഹാജരായി. ''ഏഴു ദിവസത്തിനകം കണ്ടെത്തണം.'' കല്പ നപോലെ ഭടന്മാർ ദേശമെല്ലാം അന്വേഷിച്ചു. മറ്റൊരു വിളംബ

രം കൂടി ചെയ്തു. ''യഥാർത്ഥ കല്ല് ഹാജരാക്കുന്നവർക്ക് സ്ഥാനമാനങ്ങളും സ്വർണ്ണവളയും സമ്മാനിക്കും.''

നാട്ടിലെ എല്ലാ അലക്കുകാരും അവരവരുടെ കല്ലുകളുമായി രാജസന്നിധിയിൽ ഹാജരായി. യഥാർത്ഥ കല്ല് കണ്ടുപിടിക്ക പ്രയാസം ആയിരുന്നു. ഓരോ കല്ലിന്റെ പിന്നിലും അലക്കുകാർ നിരന്നുനിന്നു. പരിശോധന എത്ര നടത്തീട്ടും കല്ലു കാണാതെ ആയപ്പോൾ മാണിക്യൻ എന്ന ആൾ യഥാർത്ഥ കല്ല് ഉയർത്തി കാണിച്ചു. മാധവി അപ്പോൾ തന്നെ ഉറക്കെ പറഞ്ഞു. ''രാജൻ ഇതാണ് ശരിയായ കല്ല്.'' മാണിക്യൻ അത് അയാളുടേതെന്ന് ബലമായി വാദിച്ചു. മഹാരാജൻ അലക്ക് കല്ലുകൾക്കിടയിലേക്ക് വന്നു. മാണിക്യ നീ ഈ കല്ലിന്റെ പ്രത്യേകത വെളിപ്പെടുത്തിയാലും. മാധവിയുടെ മൊഴിയുടെ അടിസ്ഥാനത്തിൽ നീ എപ്പോഴാണ് ഇത് കൈവശപ്പെടുത്തിയത്? അയാൾ കൃത്യമായ തെളിവുകൾ നിരത്താൻ കഴിയാതെ കുഴഞ്ഞപ്പോൾ സദസ്യർ ആർത്തുവിളിച്ചു. 'മാണിക്യൻ കള്ളനാണെന്ന്.' തുടർന്ന് - മോഷണം എപ്പോൾ, എങ്ങനെ എല്ലാം പറയേണ്ടി വന്നു. ഉച്ചഭക്ഷണത്തിനു മാധവി അകത്തുകയറിയേപ്പോൾ ആണെന്നും സമ്മതിച്ചു.

അസൂയ മൂത്ത അയൽക്കാരനെ കള്ളത്തിലൂടെ സ്ഥാനമാനങ്ങളും സമ്പത്തും നേടാൻ സാധിക്കില്ലാന്ന് രാജവിളംബരം ഉണ്ടായി. മോഷണം ചെയ്ത കൈവിരലുകൾ ഛേദിക്കാനും 101 ചാട്ടവാറടികളും രാജകല്പന ഉണ്ടായി. യഥാർത്ഥ കല്ലുമായി മാധവി മടങ്ങിപ്പോയി.

ബ്രൈറ്റൺ കുരങ്ങന്റെ ചെണ്ട മേളം

പണ്ട് നമ്മുടെ നാട്ടിൽ പട്ടിക്കാട് എന്നൊരു സ്ഥലം ഉണ്ടായിരുന്നു. അവിടെയാണ് പണ്ട് ഉള്ളോർ വീട്ടിൽ വേണ്ടാത്ത പട്ടികളെ കൊണ്ട് കളഞ്ഞിരുന്നത്. ആ പ്രദേശത്ത് ധാരാളം വൃക്ഷലതാദികൾ തിങ്ങിനിറഞ്ഞിരുന്നു. വൃക്ഷങ്ങളിൽ കൂടുതലും ഫലവൃക്ഷങ്ങളും ആയിരുന്നു. അതിനാൽ അവിടെ ഒരു പാട് കുരങ്ങന്മാർ പാർത്തിരുന്നു. ഒരു ദിവസം വെയിൽ ആറിയപ്പോൾ കപികൾ കൂട്ടമായിട്ട് അത്തിക്കായ് തിന്നുകൊണ്ടിരിക്കയായിരുന്നു. ഒരു വല്ലാത്ത ഇരമ്പൽ മരങ്ങളുടെ മുകളിലൂടെ മരങ്ങൾ വിറക്കാൻ തുടങ്ങി. അന്നേരം ഒരു ഹെലികോപ്റ്റർ പയ്യെ ചാഞ്ഞ് നിലത്തോട്ട് ചേർന്നു. അതിൽ നിന്നും വ്യത്യസ്ഥ വേഷധാരികളായ മുന്തിയയിനം നായ്ക്കളും മെല്ലെ ഇറങ്ങിവന്നു. ഒരോന്നിന്റെയും കഴുത്തിൽ നല്ല ബാഗുകളും കണ്ട്. ഭാരകൂടുതൽ അനുഭവപ്പെടുന്നപോലെ നായ്ക്കളുടെ പിടലി അനങ്ങാൻ വയ്യാത്ത രീതിയിലും ആയിരുന്നു. ബ്രൈറ്റൺ കുരങ്ങൻ നായ്ക്കളെ ശ്രദ്ധിച്ചു. വളർത്തുമൃഗങ്ങൾ ഇറങ്ങിക്കഴിഞ്ഞപ്പോൾ രണ്ടു പേർ ഒരു പേര് വിളിച്ചു 'ഹലോ ലുട്ടൂ ലുട്ടൂ റ്റാറ്റാ, റ്റാറ്റാ.' പട്ടിക്കൂട്ടങ്ങൾ അവർക്ക് റ്റാറ്റാ പറഞ്ഞോണ്ടിരുന്നു. വാഹനം ഉയർന്നു പറന്നു പോയി!

ബ്രൈറ്റൺ കുരങ്ങൻ സാവധാനം ലുട്ടൂന്റെ അടുത്ത് ചെന്ന് 'ഹലോ ലുട്ടൂ ലുട്ടു താങ്കസ്.' ആ വാക്ക് ലൂട്ടൂന് ഇഷ്ടമായി. ലൂട്ടുവും കൂട്ടുകാരും ഭക്ഷണം കഴിക്കാൻ റെഡിയായി. ഓരോരുത്തരായി പ്ലെയിറ്റുകൾ നിരത്തുകയും ലൂട്ടൂന്റെ ഓർഡർ കേൾക്കാൻ കാത്തിരിക്കയുമായിരുന്നു. ലുട്ടു ഡോഗ് ബ്രൈറ്റനെ

വിളിച്ചു. 'പ്ലീസ് കംഹിയർ.' അവൻ സ്നേഹത്തോടെ അടുത്ത് ചെന്നു. 'നമുക്ക് ഫുഡ് ഷെയർ ചെയ്യാം.'അത് കണ്ടിട്ട് മറ്റ് മങ്കികളും ചാടി ചാടി വന്നു. ഇറച്ചി മണം അവർക്ക് പിടിച്ചില്ലാ. മുഖം വളിച്ചു പോയി. കാര്യം മനസ്സിലാക്കിയ ഡോഗുകൾ ബ്രഡ് പാത്രത്തിൽ കൊടുത്തപ്പോൾ പല്ലിളിച്ച് കഴിച്ചു തുടങ്ങി.

പിന്നെ ലുട്ടു - 'ഓർഡർ ഓർഡർ, ഡ്രെസ് ചെയ്ഞ്ച് ചെയ്യൂ.' അത് കേട്ടപ്പോൾ ത്തന്നെ നായ്ക്കൾ പാന്റും ഷർട്ടും തൊപ്പിയും വച്ച് ഡാൻസ് ചെയ്തു തുടങ്ങി. അപ്പോൾ പട്ടിക്കാട്ടിലെ പൂർവനായ്ക്കൾ അടുത്തുചെന്ന്. വിദേശികൾ - 'ഹലോ ഫ്രണ്ട്സ് Come here 'നായക്കൾ പരസ്പരം അങ്ങനെ സമാധാനത്തോടെ കഴിഞ്ഞു. കൈകൊടുത്തു.

നേരം വെളുത്തപ്പോൾ ബ്രൈറ്റൺ കുരങ്ങ് നായക്കളുടെ അടുത്ത് ചെന്ന് 'ഹലോ ലുട്ടൂ! ലുട്ടു' അപ്പോൾ നായ്ക്കൾ കുരയ്ക്കുകയായിരുന്നു. 'പ്ലീസ് മങ്കീ ഒരു സംഗതി ഉണ്ട്.' നൈറ്റിൽ മയങ്ങീട്ടേയില്ലാ ഫോറസ്റ്റീന് വലിയ സൗണ്ട് വന്നുകൊണ്ടിരുന്നു. അത് കാടൻ കാവിലെ കൂവലാണെന്ന് വ്യക്തമായി. 'ശരി'

എന്നു പറഞ്ഞുകൊണ്ട് നായ്ക്കളെ സമാധാനിപ്പിച്ചു. 'ഞാൻ ഒരു സൂത്രം പ്രയോഗിക്കാം. കാത്തിരുന്നോ.'

കാട്ടിൽ നിന്നും നല്ല ബലവും മിനുസവുമുള്ള വടികൾ വെട്ടിയെടുത്തു. എങ്ങുനിന്നോ ഒരു കുടവും തരപ്പെടുത്തി! ആദ്യം കുങ്ങന്മാരെ താളത്തിൽ കൊട്ടാൻ പഠിപ്പിച്ചു. കുടത്തേൽ കോലുകൊണ്ട് അടിച്ചപ്പോൾ ആ ശംബ്ദം മലയിന്ന് തട്ടികേട്ടു തുടങ്ങി. അവന് ഒരുപാട് സന്തോഷമായി. പട്ടിക്കാട്ടിലെ സ്നേഹിതരേയും വരത്താൻ നായ്ക്കളേയും കഴുത്തിൽ കുടം കെട്ടി അതിന്മേൽ താളത്തിൽ എങ്ങനെ കൊട്ടണമെന്ന് അവൻ പരിശീലിപ്പിച്ചു.

ബ്രൈറ്റന്റെ കഴുത്തിൽ അലങ്കരിച്ച കുടവും കൈയ്യിൽ രണ്ട് വടികളുമുണ്ടായിരുന്നു. വേഷമോ? പാന്റും ഷർട്ടും തൊപ്പിയും സൺഗ്ലാസും അതുതന്നെ എല്ലാവരുടേയും വേഷങ്ങൾ! മേളക്കാർ മൂന്നു ലൈനായി നീങ്ങിത്തുടങ്ങി. താളമേളത്തോടെ കാടൻകാവിലേക്ക് നീങ്ങിത്തുടങ്ങി. നേരം ഇരുട്ടുകയായിരുന്നു. കുറുക്കന്മാർ മാനത്തോട്ട് നോക്കികൊണ്ട് കൂവാൻ തയ്യാറായി ഇരിപ്പാണ്. കാടൻ നിറവും കാടിന്റെ നിറവും തിരിച്ചറിയാൻ പറ്റുന്നുമില്ലാ അത് കണ്ട് വിദേശിപ്പട്ടികൾ പറഞ്ഞ. 'വണ്ടർഫുൾ ഡാർക്' 'Yes, Yes ബ്രൈറ്റൺ തലകുലുക്കി.' ബ്രൈറ്റൺ 1, 2, 3 പറഞ്ഞപ്പോൾ മേളം തുടങ്ങിക്കഴിഞ്ഞു. ഒരു ലഹരിപോലെ കുറുക്കന്മാർ. കുരങ്ങൻ മാസ്റ്ററുടെ അടുത്ത് ചെന്ന് പറഞ്ഞു. 'ചേട്ടാ ഈപ്പണി ഞങ്ങൾക്കും പഠിക്കണം.' അങ്ങനെ ബ്രൈറ്റൺ കാടന്മാരെ വേഗം തന്നെ ചെണ്ട മേളം പഠിപ്പിച്ചു. വാദ്യം ഉച്ചത്തിലായപ്പോൾ അതിൽ ലയിച്ചിരുന്നു പോയി. കുറുക്കന്മാർ ഒരു കാര്യം ഉറക്കെപ്പറഞ്ഞു.ബ്രൈറ്റൺ ചേട്ടാ ഞങ്ങളിനി ഈ മേളവും സൗഹാർദ്ദവും മറക്കില്ലാ. എല്ലാവരും കൂടി ഒന്നു തീരുമാനിച്ചു. നമുക്ക് സമാധാനവും സന്തോഷവും ഉണ്ടാക്കിത്തന്ന ബ്രൈറ്റനെ തോളിലേറ്റി അപ്പോൾ കുറുക്കന്മാർ പറഞ്ഞു. ഞങ്ങളും പട്ടിക്കാട്ടിലെ മേളകൂട്ടത്തിലേക്ക് വരുന്നുവെന്ന്.

ചിരിക്കാവ്

ഒരു കൊമ്പനാന സാവധാനം കാട്ടിലൂടെ പോകയായിരുന്നു. അതാ പാറയുടെ ഇടയിൽ ഞെരിഞ്ഞുകിടന്നൊരു സിംഹം കരയുന്നത് അവൻ ശ്രദ്ധിച്ചു! അങ്ങോട്ട് ചെന്നു. 'അല്ലയോ മൃഗരാജാ- അങ്ങേയ്ക്ക് എന്താ സംഭവിച്ചത്?' സിംഹം ദീനരോദനത്തോടെ ആനയെ നോക്കി!

'ഗജശ്രേഷ്ടാ, തീരെ വയ്യാ. ഒന്നു സഹായിക്കുമോ?' കൊള്ളാം 'എന്താ പറഞ്ഞാലും ''എന്റെ കണ്ണിലേക്ക് ഒന്നു നോക്കിയേ' - ശ്രദ്ധയോടെ അവന്റെ കണ്ണിലേക്ക് നോക്കി. 'എനിക്ക് ഒട്ടും കാഴ്ചയില്ലാ! ഒന്നു കണ്ണുവൈദ്യന്റെയടുത്ത് കൊണ്ടുപോവുമോ?'

ഒരു തരത്തിൽ വയ്യാത്ത സിംഹത്തിനെ ആനപ്പുറത്ത് കയറ്റി. കുറച്ച് മുന്നോട്ട് നീങ്ങിയപ്പോൾ ആനയുടെ പുറത്തൂടെ വെള്ളം ഒഴുകി വരുന്നു. സൂക്ഷിച്ചു നോക്കിയപ്പോൾ അത് അവന്റെ കണ്ണീന്ന് വരുന്ന ചോര ആയിരുന്നു. യാത്ര നിറുത്തി. ഒരു വലിയ മരത്തിന്റെ അടുത്ത് എത്തി. അതിൽ ഒരുപാട് കുരങ്ങന്മാർ ചങ്ങല പോലെ ചാടി കളിക്കയായിരുന്നു. ആന കപികളെ വിളിച്ചിട്ട് 'സഹായിക്കണേ! മൃരാജന് തീരെ പാടില്ലാ.' 'എവിടെ നിങ്ങടെ മുത്തിയമ്മ?' 'ഒരിക്കൽ എന്റെ കാല് മുറിഞ്ഞപ്പോൾ മരുന്നു വച്ചുകെട്ടി സുഖപ്പെടുത്തിയതാ.' ആ ഓർമ്മയുണ്ട്. അന്നേരം മുത്തികുരങ്ങമ്മ വേഗം വന്നു! നമസ്തേ ഗജരാജാ വിവരങ്ങൾ അറിഞ്ഞു.

'കണ്ണുവൈദ്യരെ കാണാൻ നമ്മുടെ ചിരിക്കാവിൽ പോയാൽ മതി ഞാനും കൂടെ വരാം.' 'ശകലം വെള്ളം കുടിച്ചിട്ട് പോകാം.' വഴി എനിക്കറിയാം. എല്ലാ രോഗത്തിനുമുള്ള മരുന്നവിടെയുണ്ട്. പിന്നെ ഒരു സംഗതി ഫീസ്സൊന്നും വേണ്ടാ. ചെല്ലുന്ന നമ്മുടെ

കൈയ്യിൽ എന്തെങ്കിലും പഴങ്ങൾ മാത്രം മതി. ഒടും ആന മുളി വച്ചു! ഇടയ്ക്കിടെ സിംഹത്തിനെ തടവികൊണ്ടിരുന്നു. അപ്പോഴോ ആനയുടെ ചിന്ത എന്ത് ഫലമാണ് കൊണ്ടുപോകേണ്ടതെന്നായിരുന്നു. അങ്ങനെ ഓർത്ത് നടക്കുമ്പോൾ ഒരു തൈമാവിൽ കുലകുലയായി പഴുത്തമാങ്ങ കിടക്കുന്നത് കണ്ടു. ഒരു കുല അങ്ങനെ അടത്തി താഴെപോകാതെ തുമ്പികൈയ്യിൽ ഒതുക്കി പിടിച്ചു.

കാവോട് അടുക്കാറായപ്പോൾ വേറെ കുറെ മൃഗങ്ങളും വൈദ്യരെ തേടിവരുന്നതു കണ്ടു. 'മൃഗരാജാ, അതാണ് കണ്ണു വൈദ്യരുടെ സ്ഥലം.' തുമ്പി കൈയ്യിലൂടെ സാവാധാനം ഇറക്കി. സിംഹം കുത്തിയിരുന്നു. അതാ ഒട്ടകപ്പുറത്തേറി കണ്ണുവൈദ്യൻ വന്നേയെന്ന് പുറകിലുള്ളോരു പറഞ്ഞു! ആന മുന്നോട്ടു ചെന്നു. 'ഞാൻ രാവിലെ മുതൽ വൈദ്യരെ തിരക്കി നടക്കയായിരുന്നു.' 'ങ്ഹാ സന്തോഷം ഒരു കാര്യം. ചികിത്സക്ക് പ്രതിഫലം ഒന്നും വേണ്ടാ. എന്നാൽ നിങ്ങളുടെ കൈയ്യിൽ എന്തെങ്കിലും

തരത്തിലുള്ള ഒരു ഫലം (പഴം) ഉണ്ടാവണം.''ഇവിടെ വലിപ്പചെറുപ്പമില്ലാ. എല്ലാരും പരസ്പരം ചിരിക്കണം. മുഖത്തോട് മുഖം നോക്കണം. കരുതിയിരിക്കുന്ന പഴങ്ങൾ ഓരോരുത്തരും കൈമാറണം.' 'ങേ ഹേ എന്ത് കാര്യം? ചിലർ പതുക്കെപ്പറയാൻ തുടങ്ങി. വൈദ്യരത് കേട്ടു. 'അത് സ്നേഹത്തിന്റെ ഒരു കൊടുക്കൽ വാങ്ങലാണ്. എന്നിട്ട് എല്ലാവരും ചേർന്ന് ചിരിക്കണം. അപ്പോൾത്തന്നെ കുരങ്ങന്മാർ അട്ടഹസിക്കാൻ തുടങ്ങി. അതോടെ കൂട്ടച്ചിരിയായി. വൈദ്യർ പുലി കൈയ്യടിച്ചു.

സിംഹത്തിന് പുലിവൈദ്യരെ അത്രപിടിച്ചില്ലാ-'ഛെ! ഇവനാണോ?' 'എന്റെ തീറ്റ അവൻ തട്ടിയെടുത്തതാണ്.' പല്ല് കടിച്ച് മുരണ്ടു! 'മൃഗരാജാ പക ഇപ്പോൾ വേണ്ടാ' - 'ശകലം ഒട്ടകപാൽ കുടിച്ചാട്ടെ- 'ഹേയ് വേണ്ടാ, വേണ്ട - അവന്റെ ഇറച്ചി തിന്നാം.' ആന മിണ്ടാതെ വൈദ്യരെ നോക്കി. വൈദ്യർ സിംഹത്തിനോട് പറഞ്ഞു. 'ഇതാ ഈ ഒട്ടകപ്പുറത്തേറി പുഴയിലോട്ടു പോകൂ. പുഴയിൽച്ചാടി കുളിക്ക്-നിങ്ങടെ കണ്ണ് മുറിഞ്ഞിട്ടുണ്ട്. അഴുക്കും പൊടിയും കാഴ്ച്ച നഷ്ടപ്പെടുത്തി. അങ്ങനെ ഒട്ടകപ്പുറത്തേറി പുഴയിൽ ചാടികുളിച്ചു വന്നപ്പോൾ രോഗം മാറി. കണ്ണിന് കാഴ്ച്ച കിട്ടി. അത് കണ്ടു നിന്ന മൃഗങ്ങൾക്കെല്ലാം സന്തോഷമായി! ഒന്നൂടി നല്ലോണം ചിരിക്കാൻ വൈദ്യർ പറഞ്ഞു. അത് കേട്ട് എല്ലാ മൃഗങ്ങളും പൊട്ടിച്ചിരിച്ചു. അത്ഭുതകരമായ ആ കാഴ്ച്ച കണ്ട് മരച്ചില്ലയിലിരിക്കുന്ന പക്ഷികൾ കൂട്ടത്തോടെ ചിരിച്ചുകൊണ്ട് ചിരിക്കാവിലൂടെ വട്ടമിട്ടു പറന്നു. അങ്ങനെ ചിരിമരുന്നിലൂടെ സന്തോഷവും സൗഹാർദ്ദവുമുണ്ടായി. അവര് ചിരിച്ചുകൊണ്ട് യാത്ര പറഞ്ഞു പിരിഞ്ഞുപോയി. രോഗവും മാറി.

കാടിന്റെ കണ്ണീർ

അന്ന് അതിരാവിലെ മുതൽ മുയലുകൾ ജാഥയായി പോകുകയായിരുന്നു. കുറച്ച് ദൂരെ ചെന്നപ്പോൾ ഒരു സിംഹം അവരുടെ മേൽ ചാടി വീണു. ജാഥയുടെ മുന്നിൽ നിന്നിരുന്ന നേതാവ് ചോദിച്ചു - 'ഭേഹേ, എന്തേ ഞങ്ങളെ കൂട്ടത്തടെ ശാപ്പിടുമോ?' ഭേഹേ, എന്തേ സിംഹം അലറികൊണ്ട്, 'ധിക്കാരമോ വേണ്ടാ കാലം മാറിപ്പോയി ' 'അതാ അങ്ങോട്ട് നോക്ക് മുയൽ നേതാവ് മുഖം ചരിച്ചു കാണിച്ചു! അന്നേരം ആനകൾ വരിവരിയായി വരുന്നത് കണ്ടു. ആനയുടെ പുറത്ത് തീരെ നടക്കാൻ വയ്യാത്ത കുഞ്ഞുമുയലുകളുണ്ട്! അതിനും പിന്നിലായ് വാനരന്മാരുടെ ഒരു പട തന്നെയും!

കുരങ്ങന്മാർ 'ഞങ്ങൾക്ക് കാട്ടിൽ കഴിയാൻ ഒരു തരത്തിലും സാധിക്കില്ല! കാടുമൊത്തം നശിച്ചു! പച്ചപ്പെങ്ങും കാണുന്നുമില്ല! നമ്മുടെ ആറും പുഴയും ചീഞ്ഞു നാറുന്നു. എങ്ങനെ കഴിയും?' മൃഗരാജന് അതുവല്ലതും അറിയുമോ? അത് കേട്ട് സിംഹം കണ്ണ് മറുക്കെ അടച്ചു പിടിച്ചു! 'വെള്ളവും ഭക്ഷണവും ഇല്ലാതെ മൃഗങ്ങൾ നശിക്കുകയാണ്.' അപ്പോൾ മുകളിൽ നിന്നും ഒരു ശബ്ദം കേട്ടു. രണ്ട് പക്ഷികൾ ആയിരുന്നു. 'മഹാപ്രളയം വരാൻ പോകുന്നു. കാടും മലയും ഇല്ലാതാകും. ആരൊക്കയോ ചെയ്യുന്നതിന്റെ ഫലം എല്ലാവരും കൂടി അനുഭവിക്കണം'. പക്ഷികൾ തുടർന്നു. 'ഞങ്ങടെ കൂടെ വാ, കുറെ നടന്നു കഴിഞ്ഞപ്പോൾ , ആ മഹാവനം കണ്ടില്ലേ തീ തിന്ന് തീർത്തു. ആ വഴിയെ പോയ കുറച്ചു കുതിരകളുടെയും ആനകളുടേയും രോമങ്ങൾ കരിഞ്ഞു പോയി! ഔഷധ സസ്യങ്ങൾ തിങ്ങി നിറഞ്ഞ കാടായിരുന്നു. ഇനീം എത്രകാലം വേണമതൊന്നു പൊട്ടി മുളയ്ക്കാൻ'.

അതാ മൃഗജാഥ അവിടെ എത്തിക്കഴിഞ്ഞു- ദൂരെ ശകലം പച്ചപ്പ് കണ്ടിടത്തേക്ക് മുയലുകൾ ഓടിത്തുടങ്ങി - ആർത്തിയോടെ പച്ചിളം പുല്ലുകൾ കടിച്ചുകൊണ്ടിരുന്നു. ആനപ്പുറത്തിരുന്ന കുഞ്ഞു മുയലുകൾ താഴേക്ക് ചാട്ടം തുടങ്ങി. ആഹാരത്തിനു വേണ്ടിയുള്ള പോരാട്ടം, (ആന മനസ്സിൽ ഓർത്തു) 'ഇവിടെയെങ്ങാനം ശകലം വെള്ളം കിട്ടുമോ?' അതുകേട്ട് കുരങ്ങന്മാർ 'ഞങ്ങൾ പോയി നോക്കിയിട്ട് വരാം'. വളരെ അകലെ ചെന്നപ്പോൾ ഒരു കുന്നിൻ ചരുവിൽ ഒരു പറ്റം മയിലുകൾ നൃത്തമാടുന്നു. നാലുപാടും പീലി വിടർത്തി. അത് കണ്ട് വാനരന്മാർ നോക്കി നിന്ന് സന്തോഷിച്ചു. കുരങ്ങർ മുകളിലേക്ക് നോക്കി അപ്പോൾ മഴ മേഘങ്ങൾ ഉരുണ്ടു കൂടി ഭൂമിയിലേയ്ക്ക് ചാടാൻ നില്ക്കുന്നു! ഈ വിവരം അവരോടിപ്പോയി എല്ലാവരേയും അറിയിച്ചു. സന്തോഷം കൊണ്ട്തുള്ളിച്ചാടി!

കുറച്ചു കഴിഞ്ഞപ്പോൾ ആനകളെ വെള്ളമുള്ള സ്ഥലത്തേക്ക് കൊണ്ടുപോയി. നല്ല തെളി വെള്ളം! വെള്ളം അനക്കാതെ തുമ്പിക്കൈ സാവധാനം ഇട്ടാണു കുടിച്ചു തുടങ്ങിയത്. അപ്പോൾ ആരോ പറയും പോലെ ' മതി തീരും വര കുടിച്ചോ' തെളി

ഞ്ഞ വെള്ളത്തിനു മീതെ സാവധാനം ഒരു ആനമത്സ്യം വന്നു കരയ്ക്കോട്ടു ചേർന്നു നിന്നു. എന്തേ സഹോദരാ ഒരു ദു:ഖ കാരണം?

'കാട്ടിൽ തീ പടർന്നു പിടിച്ചു. കാടാകെ വെന്തു പോയി! ആ ഭയാനക കാഴ്ച മനസ്സിനെ വേദനിപ്പിക്കുന്നുണ്ട്. എന്റെ സഹോദര ജീവികൾ ജാഥയായി കരഞ്ഞുകൊണ്ടാണ് പോയത്-

വംശനാശ ഭീഷണി കേട്ട മത്സ്യമാതാവിന് സഹിച്ചില്ലാ ആ കണ്ണുകൾ കലങ്ങി - കണ്ണീർ വീണിടം ഒരു ശുദ്ധജലത്തടാകമായി മാറി' 'ഗജ ശ്രേഷ്ഠാ വരൂ നമുക്ക് പാതാളത്തിലേയ്ക്ക് പോകാം. ഭൂമിയിലെ ദുരിതങ്ങളും കഷ്ടപ്പാടുകളും അറിയുന്ന ഒരു മല ദേവനുണ്ട്'. അവരവിടെച്ചെന്നു. അല്ലയോ മലദേവാ, അനുഗ്രഹിച്ചാലും. മലദേവൻ, 'നിങ്ങൾ പുറപ്പെട്ട വിവരം മത്സ്യമാതാവിന്റെ കണ്ണീരിൽ നിന്നും അറിഞ്ഞു. ഭൂമിയിലെ എല്ലാ ജീവികൾക്കും ഭക്ഷണവും വെള്ളവും ഉണ്ടാവാൻ അനുഗ്രഹിച്ചിരിക്കുന്നു'. അവർ മൂന്നു പേരും കൂടി തടാകത്തിലൂടെ പുറത്തു വന്നു. ഗജരാജനെ നമിച്ചിട്ട് അങ്ങയുടെ സഹജീവി സ്നേഹത്തിന് നന്ദി - 'ഭൂമിയിൽ ഏവർക്കും സന്തോഷവും സമാധാനവും ഉണ്ടാവട്ടെ'!

കർഷകനും രാമൻകുരങ്ങും

ഒരു ദിവസം കേശവൻ ചേട്ടൻ കൃഷി ഓഫീസിൽ നിന്നും കുറച്ച് തെങ്ങിൻ തൈകൾ വാങ്ങി വരികയായിരുന്നു. ഒരു കാട്ടിലൂടെ നടന്ന് ഒരു തോടിന്റെ അരികിൽ എത്തിയപ്പോൾ, ഒരു വല്ലാത്ത കരച്ചിൽ കേട്ടു- ശബ്ദം കേട്ടയിടത്തേക്ക് അയാൾ ചെന്നു. ഒരു കുരങ്ങമ്മ മരിക്കാൻ കിടക്കുന്നു. അതിന്റെ കുഞ്ഞാണ് പാലിനുവേണ്ടി കരഞ്ഞിരുന്നത്. ഏതായാലും അദ്ദേഹം ആ കൊച്ചുകുഞ്ഞിനെ എടുത്തുകൊണ്ടു പോന്നു. പാലു കൊടുത്തു വളർത്തിക്കൊണ്ട് വന്നു. അവന് രാമാന്നു പേരിട്ടു. ആ വീട്ടിലെ കുട്ടികളോടൊപ്പം അവനും വളർന്നു. ഒരു മനുഷ്യ സ്വഭാവത്തോടെ. മക്കളോടൊപ്പം ഉറങ്ങുകയും, ഉണ്ണുകയും, അവര് പഠിക്കുമ്പോൾ ശ്രദ്ധിക്കുകയും ചെയ്തിരുന്നു!

മനുഷ്യക്കുട്ടികൾ ചെയ്യുന്ന കാര്യങ്ങൾ അവനും ചെയ്യാൻ തുടങ്ങി. - രാവിലെ വീട്ടുകാരൻ കൃഷിയിടത്തിലേയ്ക്ക് പോകുമ്പോൾ അവനും കൂടെക്കാണും. കേശവേട്ടൻ ഒരു വലിയ തെങ്ങു കർഷകൻ ആയിരുന്നു. രാവിലെ എഴുന്നേറ്റാൽ ആദ്യത്തെ ജോലി തെങ്ങുകളുടെ അവസ്ഥ എങ്ങനെ എന്നായിരുന്നു. തെങ്ങിന്റെ കൂമ്പ് ചീഞ്ഞിട്ടുണ്ടോ ? വെള്ളയ്ക്കാ പൊഴിയുന്നുണ്ടോ ? ഓല മഞ്ഞളിച്ചോ? അങ്ങനെ ആ വിധ കാര്യങ്ങളാണ്, അദ്ദേഹത്തിന്റെ ചിന്തയിൽ, തെങ്ങിന് വളമിടാനും തടമെടുക്കാനും പണിക്കാരോടൊപ്പം രാമനും കൂടും. തെങ്ങു കയറ്റക്കാരൻ വന്നാൽ തേങ്ങാ പെറുക്കി കൊട്ടയിൽ വച്ചു കുട്ടികളോടൊപ്പം ചാർത്തിൽ കൊണ്ടു വെയ്ക്കും. പട്ടിയും പൂച്ചയും രാമനുമായി ഒരുമയിലായിരുന്നു. രാമനു ചെയ്യാൻ പറ്റാത്ത കാര്യങ്ങൾക്ക് അവരെക്കൂടി കൂട്ടിനു വിളിക്കും. അങ്ങനെ എല്ലാ കാര്യത്തിലും രാമന് ഒരു മേൽനോട്ടവുമുണ്ടായിരുന്നു. അവൻ

ഒത്ത ഒരു കുരങ്ങായപ്പോൾ ഒരു ചാരുകസേരയിൽ അച്ഛന്റെ അടുത്തുതന്നെ കിടത്തി.

ഒരു ദിവസെ തെങ്ങുകയറാൻ ആളു വന്നപ്പോൾ പട്ടിയും പൂച്ചയും രാമനും കൂടി തേങ്ങാ പൊറുക്കി കൂട്ടി. എന്നാൽ അടുത്ത തെങ്ങിൽ കയറിയപ്പോൾ അയാൾ പൊത്തോന്ന് താഴെ വീണു. കാര്യം ആശുപത്രിയിൽ ആയപ്പോഴാണ് അറിയുന്നത്.

മടലിനടിയിൽ കടന്നൽകൂട് ഉണ്ടായിരുന്നു. തെങ്ങുകയറ്റക്കാരൻ രക്ഷപെട്ടു എങ്കിലും സങ്കടകരമായ ഒരു വാർത്തയായിരുന്നു. അദ്ദേഹം ദു:ഖിച്ചിരുന്നു. രാമൻ അദ്ദേഹത്തിന്റെ കണ്ണിലേക്ക് നോക്കി!. കണ്ണീന്ന് ഉരുണ്ട് വീണത് അവൻ തുടച്ചുകൊടുത്തു.

രണ്ടു ദിവസം കഴിഞ്ഞു. രാമാ ഇവിടെ വന്നേ, ഒരു സഹായം വേണം. 'ദേ, ആ തെങ്ങിൽക്കയറണം, നീ, ഞാൻ പറയുന്നപോലെ ചെയ്യണം. പയ്യെ, പയ്യെ കയറണം. ഈ മരുന്ന് കടന്നൽ ഇരിക്കുന്ന മടലിൽ ഒഴിക്കണം. നീ പറന്നു പോരണം ഇത് വെറും മണ്ണെണ്ണ മാത്രമാണ് '. അവൻ അങ്ങനെ ചെയ്തു- നേരം വെളുത്തപ്പോൾ തെങ്ങിൻ ചുവട്ടിൽ നോക്കി- അതാ കടന്നൽകൂട് മൊത്തം അടർന്ന് എല്ലാം ചത്തു കിടക്കുന്നു. കർഷകനു സമാധാനമായി.

പിന്നെ തെങ്ങുകയറ്റം അവന്റെ ജോലിയായി!. വാർത്ത നാട്ടിൽ പരന്നതോടെ മറ്റുള്ളവർ കൊണ്ടുപോയിത്തുടങ്ങി. കൃഷിക്കാരന് അതൊരാശ്വാസമായി. അസൂയ മൂത്ത ചിലർ രാമനെക്കൊല്ലാൻ പ്ലാനിട്ടു. രാത്രികാലങ്ങളിൽ മതിൽച്ചാടി ആരോ വരുന്നത് ബോധ്യമായി. അവന്റെ കിടപ്പ് കുട്ടികളുടെ മുറിയിലേയ്ക്ക് മാറ്റി!. രാമന്റെ ആകൃതിയിലുള്ള രണ്ട് കുരങ്ങന്മാരെ ഉമ്മറത്ത് കെട്ടിയിട്ടു. തിരിച്ചറിയാൻ പറ്റാത്തവിധം. അർദ്ധരാത്രിയായപ്പോൾ രാമനെ നോക്കി വന്നവർക്ക് അവനെ തിരിച്ചറിയാൻ കഴിഞ്ഞില്ല. അവർ ടോർച്ചടിച്ചത് കള്ളനെ വേഗം പിടിക്കാൻ സാധിച്ചു. അപ്പോൾ രാമാ - ടെമ്മീ, (പട്ടി) എന്ന് ഉറക്കെ വിളിച്ച് ബഹളം വെച്ചപ്പോൾ ജനം കൂടി. പട്ടിയും രാമനും കൃഷിക്കാരനും കൂടി പിടിച്ചു വലിച്ചു കെട്ടി. - ഉടുവസ്ത്രങ്ങൾ പട്ടി വലിച്ചു കൊണ്ടുപോയി. രാമൻ മുഖമത്രയും മാന്തിക്കീറി. കള്ളന്മാർ പ്രണനുവേണ്ടി യാചിച്ചു. തുണിയില്ലാതെ ഇഴഞ്ഞുനീങ്ങിപ്പോയി.

കുറുക്കൻ മല

പണ്ട് നമ്മുടെ മലയടിവാരത്തിൽ കുറുക്കൻമല എന്നൊരു സ്ഥലം ഉണ്ടായിരുന്നു. ധാരാളം ഫലവൃക്ഷങ്ങൾ തിങ്ങിനിറഞ്ഞ പ്രദേശം! ഒരു വലിയ കാവും ആയിരുന്നു. ആ കാവിന് ഒരു പ്രത്യേകത ഉണ്ടായിരുന്നു. ഏത് കാലാവസ്ഥയിലും സമൃദ്ധമായി ഫലം ഉണ്ടാകുമായിരുന്നു. അതിനാൽ തൻനാട്ടുകാരായ ധാരാളം സന്ദർശകർ അവിടെ പോകുമായിരുന്നു. അവിടെ ചെന്ന് വിശ്രമിച്ചാൽ ഒരു ഉന്മേഷം ഉണ്ടാകുമെന്ന് അവര് വിശ്വസിച്ചിരുന്നു. ആ രഹസ്യം ആർക്കും അറിയില്ലായിരുന്നു. ആര് അവിടെ ചെന്നാലും ഒരു കുറുക്കൻ സന്ദർശകരെ ചുറ്റിപറ്റി നടക്കുമായിരുന്നു.

ഒരിക്കൽ ദിവ്യനായ ഒരു ഭക്തൻ അവിടെ വന്നു. കുറച്ചു സമയം പരിസരത്തുള്ള വൃക്ഷങ്ങളെ സൂക്ഷിച്ചുനോക്കിത്തുടങ്ങി. പെട്ടന്ന് അദ്ദേഹത്തിന്റെ കൈയ്യിൽ ഒരു പച്ച ചക്ക വന്നു വീണു. ശകലം കഴിഞ്ഞപ്പോൾ ആ ചക്ക പഴുത്ത് വെടിച്ചു കീറിത്തുടങ്ങി. അത്ര മണവും ഭംഗിയുമുള്ള ചക്ക മുമ്പൊരിക്കലും ആരും കണ്ടിരുന്നിട്ടില്ല! ചക്കപ്പഴം വായിൽ വെയ്ക്കാൻ തുടങ്ങിയപ്പോൾ ഒരു കുറുക്കൻ അടുത്തുചെന്ന് 'അല്ലയോ സ്വാമിൻ ആദ്യത്തെ കുരു അങ്ങോട്ട് വലിച്ചെറിയൂ.' സ്വാമി അതിശയത്തോടെ നരിയെ നോക്കി! അവൻ പയ്യെ ചിരിച്ചു നിന്നു. അത്ഭുതുമെന്നു പറയട്ടെ ആ വലിച്ചെറിഞ്ഞ ചക്കക്കുരുവിൻ നിന്നും അനേകം പ്ലാവുകൾ വളർന്ന് വലുതായി നിറയെ ചക്കകളുമായി നില്ക്കുന്നു!

ദിവ്യൻ പ്ലാവിനോട് ചോദിച്ചു. 'എന്താണിതിന്റെ രഹസ്യം?' സ്വാമി - എനിക്ക് അങ്ങനത്തെ ഒരു വരം കിട്ടിയിട്ടുണ്ട്! പണ്ട് ഒരു മുനിശ്രേഷ്ഠൻ ഇതിന്റെ ചുവട്ടിൽ ഇരുന്ന് തപസ്സു ചെയ്തി

രുന്നു. ഒരുപാട് വർഷങ്ങൾ കഴിഞ്ഞപ്പോൾ അദ്ദേഹത്തെ വൃക്ഷവേരുകൾ പൊതിഞ്ഞു വച്ചു! ഭക്തൻ അപ്രത്യക്ഷനായി! പിന്നീട് അദ്ദേഹം ഇരിന്നിടം ഒരു തുരങ്കമായി മാറി. അതിലൂടെ നരികൾ മാത്രമേ യാത്ര ചെയ്തിരുന്നുള്ളു.

എപ്പോഴൊക്കെ വനദേവതകൾ അവിടെ വന്നിരുന്നോ? അപ്പോഴെല്ലാം അവർക്ക് വേണ്ട സഹായങ്ങൾ ചെയ്തുകൊടുത്തിരുന്നത് കുറുക്കന്മാർ ആയിരുന്നു. ഒരു ദിവസം വനദേവത പ്ലാവിനെ നോക്കീട്ട് പറഞ്ഞു! നീ അതിവിശിഷ്ടമായ ദേവലോക വൃക്ഷമാണ്. ധാരാളം മുനിമാരുടെ അനുഗ്രഹങ്ങളും കിട്ടിയിട്ടുണ്ട്. അത് കേട്ടപ്പോൾ പ്ലാവ് തലകുലുക്കി കാറ്റിലാടി!

തുരങ്കം വഴി നരികൾ പോയി പുഴയോട് ചേർന്ന് നില്ക്കുമ്പോൾ മത്സ്യകന്യകമാർ വന്ന് അവരെ പാതാളത്തിലേക്ക് കൂട്ടികൊണ്ടുപോവുക പതിവായിരുന്നു. അവർക്ക് ഒരു പ്രത്യേകത കൂടി ഉണ്ടായിരുന്നു. നീണ്ട ചിറകുകൾ വീശി ആകാശത്തിലൂടെ പറക്കാനും വൃക്ഷത്തലപ്പിൽ ഇരുന്ന് പാട്ട് പാടി ആസ്വാദിക്കാനും കഴിഞ്ഞിരുന്നു. പകൽ മുഴുവൻ ചുറ്റിക്കറങ്ങീട്ട് ഇരുട്ടുമ്പോൾ പ്ലാവിൻചോട്ടിൽ വന്ന് കുറുനരികളെ വിളിക്കും! അന്നത്തെ ആകാശയാത്രയുടെ വിവരങ്ങൾ എല്ലാം അവരോടു പറയുമായിരുന്നു. യാത്രാകാര്യങ്ങൾ കേട്ട് കുറുക്കന്മാർ അവരുടെ ഒരാഗ്രഹം മത്സ്യകന്യകളോട് പറഞ്ഞു. 'അത്ഭുത മത്സ്യങ്ങളെ ഞങ്ങളുടെ ഒരു അപേക്ഷകൂടി കേൾക്കണേ.' 'ആകാശമാർഗ്ഗേണയുള്ള യാത്ര!' അങ്ങനെ ആവട്ടെ എന്ന് അനുഗ്രഹിച്ചു! അങ്ങനെ കുറുനരികൾ ചിറകു വീശി ആർത്തട്ടഹസിച്ച് സഞ്ചരിച്ച് തുടങ്ങി. അന്നുമുതൽ അവർക്ക് സ്ഥിരമായി ചിറകുകൾ ഉണ്ടായി. ഒത്തിരി സന്തോഷം പങ്കു വച്ച് വന്ന വഴിയെ മത്സ്യകന്യകമാർ കടന്നുപോയി.

കുറുക്കന്മാരുടെ ആൾമാറാട്ടം

ഒരു ദിവസം അതിരാവിലെ രണ്ടു കുറുക്കന്മാർ തീറ്റതേടിപ്പോവുകയായിരുന്നു. വഴിയിൽ വച്ച് ഒരു കുരങ്ങനും അവരുടെ കൂടെ കൂടി. കുരങ്ങൻ കുറുക്കന്മാരുടെ മുഖത്ത് സൂക്ഷിച്ചു നോക്കി. 'എന്തേ കുരങ്ങൻ ചേട്ടാ ഞങ്ങളെ വല്ലാതെ നോക്കുന്നത്!' 'കൊള്ളാം നിങ്ങൾ രണ്ടുപേരുടേയും വായീന്ന് ചോര തുള്ളി പറ്റിപിടിച്ചിരിക്കുന്നത് കണ്ടിട്ടാണ്.' 'സത്യം പറയാല്ലോ കുറെ ദിവസങ്ങൾ കൊണ്ട് ഒരു കോഴിക്കൂടിന്റെ പരിസരത്ത് കറങ്ങിയതായിരുന്നു. എന്നാൽ ഇന്ന് വെളുപ്പിനാണ് ഒന്നിനെ കിട്ടിയത്. കോഴിയുടെ പിടപ്പും കരച്ചിലും കേട്ട് വീട്ടുകാർ വന്ന്, നല്ലോണം കിട്ടി! അതും മുഖം അടച്ചായിരുന്നു.' 'കുരങ്ങൻ അതൊക്കെ സാധാരണമല്ലേ? 'ഞാനൊന്നു ചോദിക്കട്ടെ' 'ഇട്ടിക്കുറുക്കനും മുട്ടി കുറക്കനും' ചില മായാജാലങ്ങൾ അറിയാന്ന് കേട്ടിരിക്കുന്നു! ശരിയല്ലേ? 'ഒക്കെ, ശരി തന്നെ തല്ലുകൊണ്ടുകഴിഞ്ഞപ്പഴാ അതൊന്ന് ഓർത്തത് തന്നെ!'

അവര് മൂന്നു പേരും കൂടി നടന്നു നടന്ന് വയലിന്റെ വരമ്പിലൂടെ പോകുകയായിരുന്നു. അവിടെ ഝില്ലൻ എന്ന പട്ടി വെള്ളത്തിലോട്ട് കണ്ണെറിഞ്ഞു ഇരിക്കയായിരുന്നു. അവർക്ക് മനസ്സിലായി ചാടി കരയ്ക്കോട്ട് കയറി വരുന്ന മീനുകളെ ഉന്നം വച്ചുള്ള ഇരിപ്പാണെന്ന്. പക്ഷേ ഒന്നുംതന്നെ കിട്ടിയതുമില്ലാ! ഝില്ലൻ പട്ടിയും അവരോടൊപ്പം തന്നെ ക്ഷീണിച്ചു നടന്നുതുടങ്ങി. ഇട്ടികുറുക്കനും, മുട്ടികുറക്കനും, ഝില്ലൻ പട്ടിയ്ക്കും നല്ല വിശപ്പുണ്ടെന്ന് കുരങ്ങച്ചാർക്ക് മനസ്സിലായി.

കുരങ്ങൻ അവരോട് പറഞ്ഞു. 'നിങ്ങടെ വിശപ്പിനുള്ള വക നമുക്ക് കണ്ടെത്തണം, എന്നാൽ എനിക്ക് അത് വേണ്ടല്ലോ?' അക്കരെപ്പാടത്തിന്റെ കരയിൽ ഒരു വലിയവീടിന്റെ പുറകിൽ

ധാരാളം കോഴികളും, താറാവുമുണ്ട്. 'ഒന്ന് അകത്ത് കടക്കാനാ പ്രയാസം.' 'വലിയ മുള്ളു വേലിയ്ക്കകത്താ അത്. കൂടാതെ വലിയ വല കൊണ്ട് കെട്ടീട്ടും ഉണ്ട്!'

പറഞ്ഞപോലെ അവര് അവിടെ എത്തി ദൂരെ മറഞ്ഞിരുന്നു! കുറച്ചു കഴിഞ്ഞപ്പോൾ തീറ്റകൊടുക്കാൻ ജോലിക്കാര് വന്നു. ഹായ് എന്തൊരു ഉത്സാഹം! തീറ്റ കണ്ടയുടനെ കോഴിയും താറാവുമെല്ലാം ചിറകടിച്ച് ഓടി കൂടി- താറാവുകൾ ബാക്ക്, ബാക്ക് എന്ന ശംബ്ദമുണ്ടാക്കി മേലെ മേലെ ഉന്തിത്തള്ളി ത്തിന്നുതുടങ്ങി. പുറത്തിരുന്ന ഇറച്ചികൊതിയന്മാരുടെ നാവിൽ നിന്നും വെള്ളം ഊറി നിലത്തുവീണു കൊണ്ടിരുന്നു. എങ്ങനെ ഒന്ന് അകത്ത് കടക്കും? എന്ന് ഓർത്തോണ്ടിരിക്കുമ്പോൾ ജോലിക്കാരൻ വാതിൽ അടയ്ക്കാതെ പോയി.

കുരങ്ങൻ അവരെ വിളിച്ചു. 'ഇനിയും സമയം പാഴാക്കണ്ടാ ഇട്ടീ, മുട്ടി, ഝില്ലാ സൂക്ഷിച്ചോണം.'കുരങ്ങച്ചാര് കുറുക്കനോ

ട് പറഞ്ഞു. ആൾ മാറാട്ടം അറിയുന്ന നിങ്ങൾ വലിയ പൊതറൻ താറാവുകളാകണം.' ഡില്ലനെ അടിപൊളി നല്ല തൂക്കമുള്ള പൂവനും ആകണം! അടുത്ത സമയം അവരു മൂന്നുപേരും അകത്ത് കയറി മറ്റുള്ളവരോടൊപ്പം തിന്നും ബാക്ക്, ബാക്ക് പറഞ്ഞും ഡില്ലൻ അങ്കവാല് വളച്ച്- കഴുത്ത് നീട്ടീട്ട് അത്യുച്ചത്തിൽ കൂവി ത്തുടങ്ങി. അങ്ങനെ രാത്രി കഴിഞ്ഞൂകൂടി.

പിറ്റേന്ന് ഞായറാഴ്ചയായിരുന്നു. വിരുന്നുകാരുടെ എണ്ണം കൂടി. അമ്മ അടുക്കളയിൽ നിന്നും വിളിച്ചു പറഞ്ഞു, 'എടാ വാവാച്ചാ ഇന്ന് ഊണിന് കുറെ പേരുണ്ടാവും.' 'നീ പോയി നല്ല വെയിറ്റുള്ള താറാവിനേയും പൂവനേയും കൊണ്ടുപോര്'-വേലക്കാരൻ ചെന്ന് കൂട്ടത്തിൽ വെയ്റ്റ് ഉള്ളതിനെപ്പിടിച്ചിട്ട് അയാൾക്ക് പൊക്കാൻ പറ്റൂന്നില്ലാ! വാവാച്ചു മനസ്സിൽ പറഞ്ഞു. ചുമ്മാതല്ല 20, 25 ഉം കിലോനായി നില്ക്കുന്നത്! എന്ത് തീറ്റയാ കുത്തിക്കേറ്റുന്നത്! അയാൾ അടുക്കള വാതിക്കൽ ചെന്നു പറഞ്ഞു, 'അമ്മാ ഭാരം കൂടീട്ട് എനിക്ക് പിടിച്ചു പൊക്കാൻ വയ്യാ! - ഒരാളു കൂടി വേണം.' അങ്ങനെ രണ്ടു പേർ ചേർന്ന് താറാവുകളെ പുറത്തേക്ക് എടുത്ത് വലിച്ചിട്ടു. ഒരാൾ പറഞ്ഞു 'ഇവിടെ വച്ചു തന്നെ കഴുത്തറക്കാം' കുരങ്ങൻ അവരെ നോക്കി. 'ആൾമാറാട്ടം ആൾ മാറാട്ടം'- കുറുക്കന്മാർ അത് കേട്ടു. കത്തിക്ക് മൂർച്ച കൂട്ടാൻ പുറത്ത് പോയ നേരം കുരങ്ങൻ അകത്ത് കയറി ഓടിച്ചാടി നടന്നപ്പോൾ ഒരു നിമിഷം അറക്കക്കാരുടെ ശ്രദ്ധ മാറി! വീണ്ടും താറാവിന്റെ തലപൊക്കിപ്പിടിച്ച് കത്തിവച്ചപ്പോൾ അതാ രണ്ട് പൂച്ചകളായി അവര് ഓടിപ്പോയി! കത്തി പിടിച്ചവർ ഉറക്കെ വിളിച്ചു പറഞ്ഞു, 'ദേ താറാവ് - പൂച്ചകളായി ഓടി പോയേ......' വീണ്ടും കത്തി വശത്തിനു പിടിച്ച് കോഴിയുടെ കാലിൽ ചവിട്ടി കത്തിവച്ചപ്പോൾ ഒരു ഉഗ്രൻ പാമ്പായി തല ഉയർത്തി നില്ക്കുന്നു! എല്ലാം പേടിച്ചോടി പോയപ്പോൾ തുറന്നു കിടന്ന സ്ഥലത്തൂന്ന് പട്ടിയും കുറുക്കന്മാരും വേണ്ടുവോളം കോഴിയേം താറാവിനേം അവര് പിടിച്ചു തിന്നു കഴിഞ്ഞു. വീണ്ടും വീട്ടുകാർ എന്താ നടന്നതെന്നറിയാൻ സ്ഥലത്ത് വന്നപ്പോൾ പറമ്പു മുഴുവൻ താറാവും കോഴികളും ബഹളം വച്ച് നടക്കയായിരുന്നു. വിശപ്പ് മാറിയ പട്ടിയും കുറുക്കന്മാരും കുരങ്ങൻ ചേട്ടന് നന്ദി പറഞ്ഞ് 'ഇനിം കാണാന്നു പറഞ്ഞിട്ട് പോയി.'

കുറുക്കന്മാരുടെ പരാതി ദൈവത്തിന്

കാട്ടിൽ ബലവാനായ ഒരു കുറുക്കനുണ്ടായിരുന്നു. അവന്റെ പേര് ലമ്പൻ എന്നായിരുന്നു. കുറെ ദിവസങ്ങളായി അവൻ യാത്രയിലുമായിരുന്നു. യാത്രാക്ഷീണം കൊണ്ട് ഒരു മരച്ചുവട്ടിൽകിടന്നുപോയി. അന്നേരം ആരോ വരുന്ന ശബ്ദം കേട്ടു. തല ഉയർത്തി നോക്കി. അത് വില്ലൻ കുറുക്കനായിരുന്നു. ലമ്പന് വലിയ സന്തോഷമായി. യാത്രയുടെ വിശേഷങ്ങൾ സ്നേഹമുള്ളവരെ കണ്ട് പറയണം എന്നു വിചാരിച്ചിരുന്നപ്പോഴാണ് വില്ലനെ കണ്ടുമുട്ടിയത്. അവർ പരസ്പരം തല കൂട്ടിമുട്ടി ഉരച്ചുരച്ച് സന്തോഷം പ്രകടപ്പിച്ചു!

'വില്ലാ ഞാൻ നിന്നെ കാണാനിരുന്നത്, ഒരു വലിയ കാര്യം അറിയിക്കാനായിരുന്നു.' 'നമ്മുടെ കൂട്ടർ അധികമുള്ള വലിയ കാടുകളിൽപ്പോയിരുന്നു. മുള്ളൻകാട്, കൊല്ലികുഴി, ആഴിപ്പാറ, ഇല്ലിവട്ടം!' 'എന്ത് കാര്യം' ആണെന്ന് വില്ലൻ ചോദിച്ചു. അന്നേരം ലമ്പൻ പറഞ്ഞു 'കാര്യം പരമരഹസ്യമാണ്!' വിവരം അറിയാൻ നമ്മൾ ഒത്തുകൂടണം. ആഴിപ്പാറയിലാണ് യോഗം. നി നേരത്തെ വരണം. നിന്റെ വീട്ടുകാരെ കൂടികൂട്ടണം. 'ശരി ചേട്ടാ.'

സംഭവം അതിവേഗം കുറുക്കൻ കാടുകളിൽ അറിഞ്ഞു കഴിഞ്ഞു! ആഴിപ്പാറ മൊത്തം അവരെകൊണ്ട് നിറഞ്ഞു! ചില കുറുക്കർ ചോദിച്ചു, 'ആരാ നമ്മുടെ നേതാവ്?' 'അതെ മുള്ളൻ കാട്ടിലെ ലമ്പൻ തന്നെ!'

'യോഗം തുടങ്ങാൻ പോകുന്നു. ബഹളം വേണ്ടാ'-'ശ്രദ്ധിച്ചിരിക്കണം. ലമ്പൻ ഉറക്കെ വിളിച്ചു പറഞ്ഞു! നേതാവ് ഉയർന്ന പാറയുടെ പുറത്ത് കയറി നിന്നു. മുകളിലേക്ക് കൈയ്യുയർത്തി പ്രാ

ർത്ഥിച്ചു. അന്നേരം മറ്റ് മൃഗങ്ങളും മുകളിലേക്ക് നോക്കി കൈയ്യുയർത്തി. ലബൻ തുടർന്നു 'ഞാൻ വിവരങ്ങൾ പറയാം. അത് കഴിഞ്ഞ് നിങ്ങൾ ചോദ്യങ്ങൾ ചോദിക്കണം.' ശരി അവര് സമ്മതം മൂളി.

'പ്രിയമുള്ള സഹോദരങ്ങളേ നമ്മൾ നാളിതുവരെ ഓർക്കാത്ത ഒരു സംഗതി ഞാൻ പറയുകയാണ്. നമുക്ക് മറ്റു മൃഗങ്ങളുടെ ഇടയിൽ അന്തസ്സോടെ കഴിയണം. എത്രയോ ജന്മങ്ങളായി ഒരു ഇരുട്ടുപിടിച്ച നിറവും ആർക്കും ഇഷ്ടമില്ലാത്ത ശബ്ദവും. സൂത്രക്കാരൻ, കൗശലക്കാരൻ, കോഴിക്കള്ളൻ അങ്ങനെ കുറെ വിശേഷങ്ങളും അതെല്ലാം ഒന്ന് മാറ്റി എടക്കണം! അതിന് നമുക്ക് ദൈവത്തെ നേരിട്ടുകണ്ട് നമ്മുടെ സങ്കടങ്ങൾ പറയണം.' അത് അവർക്കും ഇഷ്ടമായി. അത് കേട്ടിട്ട് ഉറക്കെ കുറുക്കന്മാർ കൂവി - കാടിളകിപ്പോയി. ദൈവത്തോട് നേരെ പറയണ്ടവ - 'ഒന്ന് നമുക്ക് നല്ല ഭംഗിയുള്ള തിളക്കമുള്ള സ്വർണ്ണനിറം വേണം. ആര് കണ്ടാലും നോക്കുന്ന ചന്തമുള്ള വിശറിപോലെ വളഞ്ഞു കെട്ടിയ വാലിൽ സുഗന്ധം നിറയണം. പണ്ടുമുത

ലുള്ള ചീത്തപ്പേര് മാറ്റിത്തരണം.' അത് കൂടി കേട്ട കുറുനരികൾ ആർത്തുവിളിച്ചു!

ലബൻ ആദ്യം ദൈവത്തെ വിളിച്ചു. ഹലോ ദൈവമേ ഇപ്പോൾ അങ്ങ് പൊക്കത്തിലാണോ? 'താഴോട്ട് വരുമോ?' ദൈവം ഫോണെടുത്തില്ലാ! പിന്നെ വിളിച്ചത് വില്ലൻ കുറുക്കനായിരുന്നു. അന്നേരം ദൈവം ഫോണെടുത്തു. 'ഹലോ, വില്ലാ-നിങ്ങൾ ഓരോരുത്തരും വിളിച്ച വിളികൾ എല്ലാം ഞാൻ കേട്ടു. നിങ്ങളുടെ പരാതി ഞാൻ ഇവിടെ ശ്രദ്ധിച്ചുനോക്കിയിരിക്കുകയാണ്. നിങ്ങൾ ഇങ്ങോട്ട് കയറി വരണ്ടാ-ഞാൻ അങ്ങോട്ട് വന്നു കൊള്ളാം. 'എന്നാൽ ചില കാര്യങ്ങൾ കൂടി നിങ്ങൾ അറിയണം. കിഴക്കേ മലയുടെ ഏറ്റവും മുകളിലുള്ള മഹാവൃക്ഷത്തിലെത്തണം.' വരുന്ന വഴി മിണ്ടാൻ പാടില്ല; വരി തെറ്ററുത്. കൂവൽ പാടില്ല- ഉന്തും തള്ളും വേണ്ടാ.' 'ശരി ദൈവമേ, സമ്മതിച്ചിരിക്കുന്നു!' ദൈവം ചോദിച്ചു- 'മഹാവൃക്ഷത്തിൽ നിന്നും അമ്പിളിമാമനെ എത്തിപ്പിടിക്കാമോ?' 'അല്ലെങ്കിൽ ഒന്നു തൊട്ടാലും മതി.' 'അതാണോ കൊള്ളാം! ഞങ്ങൾ റെഡി.' കുറുക്കന്മാർ മരം കയറ്റം തുടങ്ങി. മുകളിൽ എത്തിയപ്പോൾ അമ്പിളി മാമൻ മരകൊമ്പത്ത് ഒരുവലിയ വട്ടകിണ്ണവുമായി നില്ക്കുന്നു. ചാടിപ്പിടിക്കാൻ പോയവർ ടക്കോന്നു പുഴയിലേക്കു വീണുപോയി! പുഴയിൽ മാമനെ കണ്ടവർ അങ്ങോട്ട് ചാടി. കുറെ എണ്ണം മലമുകളീന്ന് പൊഴിഞ്ഞു, പൊഴിഞ്ഞ് താഴെപ്പോയി! പുഴയിൽ വീണവരോ? പുഴവെള്ളം അപ്പോൾ തിളച്ചുമറിഞ്ഞു കിടക്കയായിരുന്നു. അവരുടെ ശരീരം പൊള്ളി തൊലി ഇളകിതുടങ്ങി. ആ അവസ്ഥ തമ്പുരാന് സഹിച്ചില്ല! ഉടനെ വെള്ളം തണുപ്പിച്ചിട്ടു. 'എന്റെ ഓമനമക്കളേ എല്ലാവരും എന്റടുത്തുവരൂ! ഞാൻ നിങ്ങളോടൊപ്പമുണ്ട്. എന്നെക്കാണാൻ എങ്ങും പോകണ്ടാ! എവിടെയുമുണ്ട്!'

ഞാൻ നിങ്ങളെ ആദിയിലെ സൃഷ്ടിച്ചതാണ്. എല്ലാ ജീവികളും കൂടുമ്പോഴാണ് പ്രകൃതിക്ക് ചന്തം ഉണ്ടാകുന്നത്. ഇനി മുതൽ കുറുക്കൻ മക്കൾ എന്റെ പ്രിയമക്കൾ ആണ്. ദൈവം ലബൻ കുറുക്കന്റെ അടുത്തു ചെന്നു. 'ലബാ മാറ്റങ്ങൾക്കും പരിശ്രമത്തിനും അഭിനന്ദനങ്ങൾ! നിങ്ങൾ എന്നെ വിചാരിച്ചാൽ നിങ്ങളോടൊപ്പം നിങ്ങളുടെ നിറത്തിൽ ഒരു കുറുക്കനായി ഞാൻ ഉണ്ടാവും. ഇത്രയും പറഞ്ഞിട്ട് ദൈവം മറഞ്ഞുപോയി.'

കുറുക്കന്റെ കല്ല്യാണം

കാട്ടിൽ ചെണ്ടമേളം കേട്ട് മൃഗങ്ങൾ ഓടി എത്തി. വന്നവരൊക്കെ അത്ഭുതത്തോടെ നോക്കിനിന്നു. കുരങ്ങന്മാരുടെ വേഷം മാറിയിരിക്കുന്നു. പാന്റും, റ്റി ഷർട്ടും തൊപ്പിയും, കണ്ണടയും, ഷൂസ്സും ഭംഗിയായി കെട്ടിയിട്ടാ നടപ്പ്!

നാലു കുരങ്ങന്മാരുടെ കഴുത്തിലും ചെണ്ടതൂങ്ങിക്കിടപ്പുണ്ട്. രണ്ടു പേർ താളത്തിൽ കൊട്ടുമ്പോൾ അടുത്ത രണ്ടുപേർ അതിലും ഭംഗിയായി കൊട്ടിത്തുടങ്ങും അസ്സാധാരണമായ വാദ്യം കേട്ട് സിംഹം ഗുഹയുടെ വെളിയിൽ വന്നു. പക്ഷേ തീരെ വയ്യാ, നോക്കിയിരുന്നു. വലിയൊരു കഴുതയെ അലങ്കരിച്ച്, പുതിയ വസ്ത്രങ്ങളുടുപ്പിച്ച് പുറത്തൊരു കെട്ടുമായിട്ടാണ് യാത്ര! കഴുതയുടെ ഇരുവശങ്ങളിലുമായി രണ്ട് കുറുക്കന്മാർ വാളു പിടിച്ചിട്ടാണ് നടപ്പ്! കുറുക്കരോട് സിംഹം ചോദിച്ചു 'എന്താണാ ക്കെട്ടിൽ?' ശംബ്ദം താഴ്ത്തി കുറുക്കന്മാർ പറഞ്ഞു - 'ചിക്കൻ, കല്ല്യാണപ്പന്തലിൽ വിളമ്പാനാ;' 'ങു ഫും ശരി രാജാവ് എത്ര അവശനായാലും രാജാവ് തന്നെയല്ലേ? ങും എന്തു ചെയ്യാം അവശനായിപ്പോയില്ലേ? കണ്ണീരൊഴുക്കീട്ട് കുനിഞ്ഞിരുന്നു!

കല്ല്യാണ പാർട്ടി കടവിലെത്തിയപ്പോൾ ഒരു കൊമ്പനാന ഓടി വന്നു. 'ഞാൻ വന്നതെ, ചെണ്ടമേളം കേട്ടാ, എനിക്ക് മേളം വലിയ ഇഷ്ടമാണ്!' കപികൾക്ക് മേളക്കാര്യംപ്പറഞ്ഞത് സന്തോഷമായി. ആന കൊട്ടുകാരോട് പറഞ്ഞു. 'നിങ്ങൾ എന്റെ പുറത്ത് കേറിക്കോ കൊട്ട് താളം തെറ്റാതെ തന്നെ വേണം.'

കല്ല്യാണ പാർട്ടി കടവിൽ വന്നപ്പോൾ കടത്തുക്കാരൻ കുതിരയെക്കണ്ടില്ല. കുറുക്കന്മാർ ഓരിയിട്ടു! ഞെട്ടിയുണർന്ന കുതിര പറഞ്ഞു. 'ഞാൻ ഉറങ്ങികൊണ്ട് വഞ്ചി തുഴഞ്ഞാൽ

നിങ്ങൾ മുങ്ങിപ്പോവില്ലേ? മേളക്കാരെക്കയറ്റിയ ആന പുഴനീന്തിക്കയറി. ആനപ്പുറത്തിരുന്ന്, ചെണ്ട താളത്തിൽ കൊട്ടുന്ന കുരങ്ങന്മാരെ അതിശയത്തോടെ അക്കരെക്കാട്ടിലെ മൃഗങ്ങൾ നോക്കിയിരുന്നു.

കല്ല്യാണം ഒരു മുന്തിരിത്തോട്ടത്തിന്റെ മുകളിലെപ്പന്തലിൽ ആയിരുന്നു. അപ്പോൾ ചെക്കൻ, കുരങ്ങൻ ദല്ലാളിന്റെ തലയിൽ ഇരിക്കയാണ്. പയ്യെ വരനെ ഇറക്കി. രണ്ട് വലിയ പട്ടികൾ കാവലുണ്ടായിരുന്നു. അവര് ചാടിക്കുതറി! ദല്ലാൾ കുരങ്ങൻ പറഞ്ഞു, 'ഇത് പുതിയാപ്ലയാ' - 'തെക്കേക്കുന്നിലെ പുന്നാരുക്കുറുക്കൻ.' 'സലാം ചങ്ങാതി കടത്തിവിടണേ!' അത് കേട്ട് പട്ടികൾ ചെക്കനു ഷെയ്ക്ക്ഹാന്റ് കൊടുത്തു കൂട്ടികൊണ്ട് പോയി!

കഴുതപ്പുറത്തിരുന്ന ചിക്കൻ കല്ല്യാണപ്പാർട്ടി തിന്നു തീർത്തു. മേളക്കാരുമായി അകത്ത് കടന്ന ഗജരാജൻ മുന്തിരിക്കുലകൾ വലിച്ചുപറിച്ചു തിന്നുതുടങ്ങി. അപ്പുറം പന്തലിന്റെ അലങ്കാരത്തിന് വച്ചുകെട്ടിയിരുന്ന വലിയ പന ഓലകൾ തിന്നു തീർത്തു. ആന തുമ്പി കൈ ഉയർത്തി വള്ളിപ്പടർപ്പുകൾ വലിച്ചപ്പോൾ എല്ലാം കൂടി നിലംപറ്റി.

മടക്കയാത്രക്കുള്ള സമയം ആയിട്ടും കല്ല്യാണപാർട്ടിയെ പു

റത്ത് കാണാതെ, ദല്ലാൾ കുരങ്ങൻ തിരക്കിചെന്നപ്പോൾ മുള്ളു വേലിയിൽ പ്പടർത്തിയിരുന്നു പന്തലിൽ ഷോക്കടിച്ച് കുറച്ചെണ്ണം മരവിച്ചു നില്ക്കുന്നു!. കാവൽക്കാരൻ ഓടിചെന്ന് ഒരു ഉണക്ക മുളകൊണ്ട് വന്ന് കുത്തിയപ്പോൾ ചിലരൊക്കെ രക്ഷപ്പെട്ടു.

വീണ്ടും, ബാക്കിയുള്ളോർ യാത്രയായി. കാവിൽപടിയിലെത്തിയപ്പോൾ ഒരു വലിയ സിംഹം രണ്ട് പുലി മന്ത്രിമാരുമായി കാത്തിരിക്കുന്നു!. അപ്പോഴും ആനപ്പുറത്ത് കുരങ്ങന്മാരുടെ ചെണ്ടമേളം തകൃതിയായി നടക്കയാണ്. സിംഹം ഒന്ന് അലറി! ആകണ്ണ് തുറിച്ച് നോക്കികൊണ്ടിരുന്നു. 'എടാ കറുകറെ കറുമ്പൻ കരിക്കട്ടെ, നിനിക്ക് ഒരു ബഹമാനവും ഇല്ലാതെ എന്റെ മുന്നിലൂടെ ഈ പീക്കിരികുരങ്ങുകളുമായി 'കുണ്ടാണ്ടം' കാണിച്ച് നടക്കുന്നുവോ?' 'നിന്റെ മസ്തകം ഞാനിപ്പോൾത്തന്നെ പൊട്ടിക്കാം.' ഉടൻ തന്നെ കുരങ്ങന്മാർ ചെണ്ടകളെല്ലാം കൂടി സിംഹത്തിന്റെ കഴുത്തിലേക്ക് ഒറ്റ ഏറു കൊടുത്തു! അപ്പോഴും വാദ്യം മുഴങ്ങികൊണ്ടിരുന്നു. പറഞ്ഞ സമയം കൊണ്ട് കരിവീരൻ ചിറകുവിശിപ്പറന്നു പറന്ന് അക്കരെയെത്തി. രാജാവും മന്ത്രാമാരും താടിക് കൈയ്യും കൊടുത്ത് മുകളിലോട്ട് നോക്കിയിരുന്നു.

കുട്ടനും മുതലകളും

കുട്ടന്റെ വീട് ഒരു വലിയ തോട് വക്കത്തായിരുന്നു. അയാൾ രാവിലെ തന്നെ തോട്ടരികിലേയ്ക്ക് പോകും. ധാരാളം മത്സ്യങ്ങൾ തെളിഞ്ഞ വെള്ളത്തിൽ ഒഴുക്കിനെതിരെ ചാടിച്ചാടി കയറി വരുന്നത് കൗതുകത്തോടെ നോക്കിനില്ക്കുമായിരുന്നു. അപ്പോഴതാ ഒരു ചെറിയ മുതല വായും പൊളിച്ച് മേലോട്ട് നോക്കി നില്ക്കുന്നു. അതിനു വിശന്നിട്ടാകാം അങ്ങനെ നില്ക്കുന്നതെന്ന് കുട്ടൻ വിചാരിച്ചു! വേഗം പോയി കുറച്ച് ഇറച്ചികഷ്ണങ്ങൾ കൊണ്ടുവന്ന് മുതലയ്ക്ക് ഇട്ടുകൊടുത്തു. ക്രമേണ അതൊരു ശീലമായി മാറി. കുറച്ചു ദിവസങ്ങൾ കഴിഞ്ഞപ്പോൾ മൂന്നു മുതലകൾ കൂടി അവിടെ സ്ഥിരമായി. അപ്പോഴും അവർക്കും ഇറച്ചികഷ്ണങ്ങൾ കൊടുത്തിരുന്നു. ഭക്ഷണം കിട്ടാൻ വൈകിയാൽ വെള്ളത്തിൽ അവരുടെ വാലിട്ടടിച്ച് വലിയ ശബ്ദം ഉണ്ടാക്കുമായിരുന്നു.

ഒരു ദിവസം കുട്ടൻ ഓർക്കയായി. മുതലകളെ മെരുക്കി എടുത്ത് വെള്ളത്തിലൂടെ ഒരു സവാരി ചെയ്താലോ? അങ്ങനെ അയാളുടെ മനസ്സ് സഞ്ചാരത്തിന്റെ ചിന്തയിലായി. ഒരു ദിവസം രാവിലെ കുട്ടന്റെ സുഹൃത്തായ ഗാമ എന്ന സഞ്ചാരി അവിടെ വന്നു ചേർന്നു. 'സുഹൃത്തേ ഞാൻ ഒരു വലിയ യാത്ര കഴിഞ്ഞു വന്നിരിക്കയാണ്.' 'പല പല അനുഭവങ്ങളാണ് ഓരോ യാത്രയിൽ നിന്നും കിട്ടുന്നത്. അതിനിടയിൽ തമിഴ് നാട്ടിൽ വച്ചൊരു ജാലവിദ്യാ മാന്ത്രികനെ കണ്ടുമുട്ടി അദ്ദേഹത്തിന്റെ ശിഷ്യനായി. അത്ഭുതകരമായ പല കാര്യങ്ങളും അദ്ദേഹം പഠിപ്പിച്ചു.'

'ഗാമച്ചേട്ടാ - എന്നെക്കൂടി കുറച്ചു വിദ്യകൾ പഠിപ്പിച്ചുതരണം.' 'അതിനെന്താ വിദ്യ കൊടുക്കുമ്പോഴാണതിന് പ്രസക്തിയേറുന്നത്.' അറിഞ്ഞതും പഠിച്ചതും പ്രയോഗത്തിൽ വരുത്താ

ൻ കുട്ടന്റെ മനസ്സ് പ്രേരിപ്പിച്ചു. കുട്ടൻ അന്നും രാവിലെ കടവിൽപ്പോയി ഒരു വിരൽ ഞൊടിച്ചപ്പോൾ മുതലകൾ തല ഉയർത്തി കരയ്ക്കോട്ട് ചാടാൻ നില്ക്കുന്നു. ഭക്ഷണം കൊടുത്തു. കൂട്ടത്തിൽ വലിയ തവളകളും മീനുകളും അവരുടെ വയറ്റിലായി.

അടുത്ത ദിവസം പ്രഭാതത്തിൽ അയാൾ കടവിൽ ചെന്നപ്പോൾ മുതലകൾ അവിടെയില്ലാ. അയാൾ ഓർക്കയായി. തീറ്റ കുറവായിട്ട് പോയതാവാം എന്ന് കുറച്ചുനേരം വെള്ളത്തിലോട്ട് നോക്കിനിന്നു. വിരൽ ഞൊടിച്ച് ഒരു താളം ഉണ്ടാക്കി. അതാ നാലു മുതലകളും തുള്ളിച്ചാടി തല ഉയർത്തി സ്നേഹപ്രകടനങ്ങൾ കാണിച്ചോണ്ട് നില്ക്കുന്നു! കുട്ടൻ അവരുടെ കണ്ണുകളിലേക്ക് നോക്കീട്ട് പറഞ്ഞു. 'വാ നമുക്കൊരു യാത്ര പോകാം.' അവര് സമ്മതം കാണിച്ചു.! ആ നാലു മുതലകളും തോടിനു മുകളിലേക്ക് ചേർന്നു നിന്നു. ഒരു വലിയ പലക വഞ്ചി പോലെ ഉയർന്ന് പൊങ്ങി! അയാൾ ഗുരുവിനെ ഓർത്തിട്ട് വഞ്ചിയിൽക്കയറി. ഓളങ്ങളും തിരകളും താണ്ടി ഒത്തിരി ദൂരം ചെന്നു. വെയിൽ മൂത്തപ്പോൾ ഒരു മറ താനെ ഉയർന്നു.

അയാൾ മുതലകളോട് ചോദിച്ചു. നിങ്ങൾക്ക് ശുദ്ധജല തടാകം അറിയാമോ? ങ്ും 'എന്നാൽ അങ്ങോട്ടു പോകാം.' തടാകത്തിന്റെ അടുത്ത് എത്തിയപ്പോൾ ഒരു വലിയ ആന മത്സ്യം കരയ്ക്കോട്ട് ചേർന്ന് കിടന്ന് വെയിൽ കായുന്നു. മത്സ്യമാതാവ് സഞ്ചാരിയോട് ചോദിച്ചു. 'നിങ്ങൾ എന്തേ എന്റെ തടാകത്തിൽ വന്നു? നിങ്ങൾ മനുഷ്യരുടെ ഇടപെടൽ ജലം മലിനമാക്കും!' 'ഹേയ് ഇല്ല. ഞങ്ങൾക്ക് ശകലം ദാഹജലം തന്നാൽ മതി.' വേഗം തന്നെ മത്സ്യമാതാവ് പാൽപ്പുഴയിൽ നിന്ന് ശുദ്ധജലം കൊണ്ടുവന്നു. ആവശ്യംപോലെ കുടിച്ചുകഴിഞ്ഞപ്പോൾ പറഞ്ഞു. 'നമുക്ക് മുതലമടയിൽ പോകാം. ആയിരം വർഷങ്ങൾക്ക് മുൻപുള്ള മുതലകൾ ഉണ്ട്.' 'ശരി!' - 'ഞാനിവരെ, മുതലകളെ വൃക്ഷകൊമ്പിൽ ഇരുത്തീട്ട് വരാം.'

അങ്ങനെ പാൽപ്പുഴയിലെ കവാടത്തിലൂടെ സഞ്ചരിച്ച് മറ്റൊരു ലോകത്തിലെത്തി! അപ്പോൾ മത്സ്യമാതാവ് പറഞ്ഞു. ഇതാണു പാതാളം. 'പാതാളം' അത്ഭുതത്തോടെ ചുറ്റുപാടും സൂക്ഷിച്ചു! അജാനുബാഹുക്കളായ മനുഷ്യർ - തലയിൽ കൊമ്പും വാലുമുള്ളവർ. ആദ്യം കണ്ടപ്പോൾ പേടിതോന്നി. പുലിയും സിംഹവും കടുവയും എല്ലാം ചിറകു വീശി സഞ്ചരിക്കുന്നു. ആനകൾക്കെല്ലാം വെള്ളനിറമാണ്. ഉയരം കുറഞ്ഞിട്ട് കൊമ്പും വാലുമില്ലാത്തവർ. ശാന്തശീലർ! കുറച്ച് അകലെയായി ഒരു സ്വർണ്ണകൊട്ടാരം. കൊട്ടാരം ഗോപുരത്തിന്റെ മുൻവശം പരിവാരങ്ങളോടൊപ്പം പാതാള രാജൻ വലിയ കുടവയറും കപ്പടാമീശയുമുണ്ട്. ഒരു പട്ടു താറ് ചുറ്റി ഉടുത്തിരിക്കുന്നു. കൈയ്യിൽ ഒരു കോലുവച്ചോണ്ടാണ് ഇരിപ്പ്! അദ്ദേഹം ആജ്ഞാപിച്ചു. 'ആ സാഹസിക സഞ്ചാരിയെ ഇവിടെ കൊണ്ടുവരു.' വിനയത്തോടെ സഞ്ചാരി അടുത്തു ചെന്നു! താണുതൊഴുതു. അപ്പോൾ 'പ്രകൃതിപഠനങ്ങൾ അറിയാനുള്ള ഭൂലോകവാസി'- അനുഗ്രഹിച്ചിരിക്കുന്നു. 'എന്തു വരമാണ് വേണ്ടത്?' 'സമാധാനവും സന്തോഷവും ഉള്ള ഒരു ജീവിതം.' 'ശരി.' ഹേ ജാലവിദ്വാനേ 'എന്നെയും എന്റെ രാജ്യത്തെയും വന്നു കണ്ട സ്ഥിതിക്ക് ഇതാ ഓർമ്മക്കായി ഇതു കൂടി പിടിച്ചോളൂ.' സൽഫലങ്ങൾ ഭൂലോകത്തിൽ സമൃദ്ധമായി ഉണ്ടാകട്ടെ! കായ്ക്കൾ കൈയ്യിൽ വച്ചുകൊടുത്തു. അങ്ങനെ കൂട്ടൻ ചേട്ടന് ഒത്തിരി സഞ്ചരിച്ച് കേരളത്തിലെ ഒരു കൊച്ചു ഗ്രാമത്തിൽ മുതലകളോടൊപ്പമെത്തി.

മാന്ത്രിക കുടുക്ക

നമ്മുടെ നാട്ടിൽ പുളിച്ചിറ എന്നൊരു ഗ്രാമം ഉണ്ടായിരുന്നു. അവിടെ ആരോരും ഇല്ലാത്ത പ്രായമായ ഒരച്ഛനും അമ്മച്ചിയും താമസിച്ചിരുന്നു. ആരോഗ്യമുള്ള കാലത്ത് നല്ലോണം കൃഷി ചെയ്താണ് കഴിഞ്ഞു വന്നിരുന്നത്. തീരെ വയ്യാതെ ആയപ്പോൾ ആഹാരത്തിനു വകയില്ലാതായി.

ഒരു ദിവസം അവര് തീരുമാനിച്ചു. ജനവാസമുള്ള എങ്ങോട്ടെങ്കിലും പോകാമെന്ന്, പക്ഷേ അവര് ഇഷ്ടപ്പെട്ടും സ്നേഹിച്ചും കഴിഞ്ഞ സ്ഥലത്തു നിന്നും പോകാൻ തോന്നയില്ലാ! വീണ്ടും അവിടെ ത്തന്നെ കഴിഞ്ഞുകൂടി. നല്ല വെയിൽ ആയപ്പോൾ തണൽ നോക്കി കുറച്ചു നടന്നു തുടങ്ങി. ഒരു വലിയ വൃക്ഷത്തിന്റെ വേരിൽ ആണ് പോയി ഇരുന്നത്. കുറച്ചു കഴിഞ്ഞപ്പോൾ രണ്ടു കുരങ്ങന്മാർ അവിടെ വന്നു ചേർന്നു. അവരുടെ കൈയ്യിൽ ഒരു പൊതിയുണ്ടായിരുന്നു. പൊതിയിലേക്ക് നോക്കീട്ട് ചോദിച്ചു 'എന്താ അതിലെന്ന്?' 'അതൊരു മാന്ത്രിക കുടുക്കയാണ്.' 'മാന്ത്രിക കുടുക്കയോ? ' 'എന്താ പ്രയോജനം?' കുരങ്ങൻ പറഞ്ഞു. ദേ, 'സൂക്ഷിച്ചു നോക്കിയിരുന്നോ.' കണ്ണുമാറ്റാതെ അങ്ങോട്ട് നോക്കിയിരുന്നു.

അതാ - കുടുക്ക നിലത്ത് വച്ചിട്ട് പറഞ്ഞു- 'പോയി കുളിച്ചു വരാൻ' - കുടുക്ക വളരെ വേഗം ഉരുണ്ടുരുണ്ട് ശബ്ദം കേൾപ്പിക്കാതെ പോയി. കുളി കഴിഞ്ഞുവന്നു. കുടുക്ക വലുതായി. പുറത്തൊരു തോർത്തും കിടക്കുന്നു! വെള്ളത്തുള്ളികൾ നിലത്തു വീണു പ്ലിക്ക്, പ്ലിക്ക് പറഞ്ഞോണ്ടിരുന്നു. വെള്ളത്തുള്ളികൾ ചിരിക്കാൻ തുടങ്ങി - അന്നേരം കരുങ്ങന്മാർ ചോദിച്ചു. 'വിശക്കുന്നില്ലേ?' 'ആഹാരം വേണ്ടേ?' 'പിന്നേ.. അതാ ഞാൻ കുളികഴിഞ്ഞുവന്നത്.'

അപ്പോൾ കുടുക്കയെ നോക്കിയിരുന്ന വൃദ്ധരുടെ കണ്ണിലോട്ട് നോക്കിയിട്ടു 'വാ - ഭക്ഷണം കഴിക്കാം' - അത് കേട്ട് കുടുക്കയുടെ അടുത്തേക്ക് ചെന്നു. 'കണ്ണടച്ചിരിക്കാൻ പറഞ്ഞു.' കണ്ണു തുറന്നപ്പോൾ ചോറും കറികളും! കുരങ്ങന്മാരുടെ അത്ഭുത കുടുക്കയെക്കുറിച്ചു ഓർത്ത്! ദൈവം തമ്പുരാനേന്ന് വിളിച്ചുപോയി - ആ വിളി കേട്ടത് കുടുക്കയായിരുന്നു. കുടുക്ക പറഞ്ഞു - അന്നം ദൈവമാകുന്നു! (ഈ മറിമായങ്ങൾ എന്തെല്ലാമെന്നോ? ബാക്കി കാണാൻ തയ്യാറായിക്കോ) - വൃദ്ധരും, - കുരങ്ങന്മാരും കുടുക്കയും കൂടി അവിടെ തന്നെ വിശ്രമിക്കാൻ തുടങ്ങിയപ്പോൾ നല്ല ഭംഗിയുള്ള നാലു പായ്കൾ നിരന്നു കിടക്കുന്നു!

നേരം ഇരുട്ടി ക്കഴിഞ്ഞു - അന്നേരം എങ്ങു നിന്നെന്ന് അറിയില്ല മൂന്നു പട്ടികളും, മൂന്നു പൂച്ചകളും അവിടെ വന്നു ചേർന്നു; കുരങ്ങന്മാരെ നോക്കീട്ട് അവർ പറഞ്ഞു. 'ഞങ്ങൾ ആഹാരത്തിനു വകയില്ലാതെ കാട്ടിലൂടെ അലഞ്ഞു നടക്കയായിരുന്നു . അപ്പോഴാണ് മരകൊമ്പിലിരുന്ന് തത്തയും മാടത്തയും പാടിപ്പറഞ്ഞത്. 'വിശക്കുന്നവരുടെ ശ്രദ്ധക്ക്.' പുളിച്ചിറ ഗ്രാമത്തിലെ വൃദ്ധ മാതാക്കളുടെ അടുത്ത് ചെല്ലുക! രണ്ടു കുരങ്ങന്മാരുടെ

കൈവശമുള്ള അത്ഭുത കുടുക്കയാണ് ആഹാരം' കൊടുക്കുന്നത്. 'കറികളുടെ മണം കൊണ്ട് ഞങ്ങളും പോയിക്കഴിച്ചിരുന്നു.'

പെട്ടന്ന് കുരങ്ങന്മാരുടെ രൂപം മാറി. മനുഷ്യരൂപികളായി. നീട്ടിവളർത്തിയ നിലത്ത് മുട്ടുന്ന മുടികളും, ജഡയും, അസ്ഥിമാത്ര ശരീരികളായ സന്യാസിമാർ ആയിരുന്നു. 'അവർ സാധാരണ മനുഷ്യരുടെ ദു:ഖങ്ങളും ദുരിതങ്ങളും അറിയാവുന്നതിനാൽ ആവുന്നത് ചെയ്യുന്നു എന്നു മാത്രം!' 'എല്ലാം പ്രകൃതി നിയമങ്ങൾ.' കാര്യങ്ങൾ അറിഞ്ഞിട്ട് മറ്റു ജീവികളും വന്നു തുടങ്ങി. എല്ലാവർക്കും വിശപ്പാണ് പറയാനുള്ളത്! ഓടിക്കിതച്ചുവന്ന സിംഹം സന്യാസിമാരുടെ മുന്നിൽ നമിച്ചു നിന്നു. സന്യാസിമാർ - 'എല്ലാരും ശാന്തരാകൂ. എല്ലാർക്കും സ്വരുമയോടെ കഴിയാം.' ഉടനെ കുറുക്കന്മാർ പരാതിയുമായി 'ഞങ്ങൾക്കും വേണം കുടുക്ക ചോറ്' - അന്നേരം സന്യാസിമാർ രൂപം മാറി ആകാശത്തിലൂടെ പറന്നു പോയി!. എല്ലാരും നോക്കി അങ്ങനെ നില്ക്കുമ്പോൾ വീണ്ടും പഴയ പോലെ കുരങ്ങന്മാരായി മാറി - അവർ പറഞ്ഞു. 'സത്യവും ധർമ്മവും തിരിച്ചറിയുന്ന വൃദ്ധജനങ്ങളെ രക്ഷിക്കണം.' 'അതിനാൽ ഈ അത്ഭുത കുടുക്കയും, അത്ഭുത സിദ്ധിയും അവർക്ക് കൊടുക്കുന്നു! പിന്നെയോ നമ്മുടെ കാടും മലയും പ്രകൃതിയും സംരക്ഷിക്കുന്നവർക്കും പരസ്പരം സ്നേഹമുള്ളോർക്ക് സാമാധാനമായിക്കഴിയാം.' അപ്പോൾ ത്തന്നെ വൃദ്ധമാതാവിനെ തൊഴുതിട്ട് കുടുക്ക പറഞ്ഞു. 'അമ്മേ ഞാനമ്മയുടെ ഹിതം പോലെ പ്രവർത്തിച്ചു കൊള്ളാം. എല്ലാവരും ഇവിടെത്തന്നെ കഴിയൂ.' മാന്ത്രിക കുരങ്ങർ അപ്രത്യക്ഷരായി!

മൃഗസ്നേഹം

പ്രളയാനന്തരം വന്യജീവികൾ വല്ലാത്ത ദുരിതത്തിൽ ആയിരുന്നു. അവരുടെ വാസസ്ഥലങ്ങളിൽ നിന്നും പുറത്തിറങ്ങാൻ പറ്റാതെ മാളത്തിലിരുന്നവർ ഏറെയും ഇല്ലാതായി! അന്ന് വല്ലാത്ത കൊടുങ്കാറ്റടിച്ചു! വൻവൃക്ഷങ്ങളുടെ വേരുകൾ പിഴുതെറിഞ്ഞു! അന്നേരം മരങ്ങളിൽ ഇരുന്ന കുരങ്ങന്മാർ താഴോട്ട് നോക്കി. എന്തോ ഒരു കാഴ്ച! വ്യക്തമാകുന്നുമില്ലാ, അത് മൃഗരാജന്റേതെന്നാ തോന്നിയത്! പലതവണ മുഖം പുറത്തേക്ക് നീട്ടി നാക്ക് തള്ളിവരുന്നപോലെ! മുഖം ശരിക്കും കാണാൻ വയ്യാ. ഉടനെ അതിശക്തനായ കപീന്ദ്രൻ ഗുഹാമുഖത്തെത്തി. ബഹുമാനത്തോടെ വിളിച്ചു. 'അല്ലയോ രാജൻ' താങ്കളെ രക്ഷിക്കാൻ വന്നതാണ്. ദയവുണ്ടായി കേട്ടാലും, 'മുഖം ശകലം കൂടി പുറത്തേക്ക് ചായിച്ച് തടസ്സങ്ങൾ നീക്കാം.' ആ സംഭാഷണം സിംഹത്തിനു ബലം നൽകി! അന്നേരം ഗുഹ കുറച്ചു തുറന്നു കിട്ടി. പ്രളയം പൊതിഞ്ഞുവച്ച ചെളിക്കുന്നിൽ നിന്നും രക്ഷപെടണം. അങ്ങനെ കുരങ്ങന്മാർ മുകളീന്നു പറഞ്ഞുകൊണ്ടിരുന്നു. 'മുൻകാല് ബലമായി പിടിച്ച് മുന്നോട്ട് ആഞ്ഞാൽ വെളിയിലിങ്ങാം.' അപ്പോൾ, ഹാവൂ എന്ന ശബ്ദത്തോടെ വാ പൊളിച്ചുപോയി. മറ്റു മൃഗങ്ങളുടെ മാളങ്ങളിൽ പോയി തട്ടീ മുട്ടീം ശംബ്ദം ഉണ്ടാക്കി, മറു ശംബ്ദം കേട്ടു. പുറത്തിറങ്ങാനുള്ള സൂത്രങ്ങൾ പറഞ്ഞുകൊടുത്തു.

കുറച്ചുകഴിഞ്ഞപ്പോൾ സിംഹം വെളിയിൽ നില്ക്കുന്നു! എന്നാൽ കാൽവലിക്കാൻ പറ്റുന്നില്ലാ. എല്ലാരുടെ അവസ്ഥയും അതുതന്നെയായിരുന്നു. സൂത്രശാലിയായ കപീന്ദ്രൻ പറഞ്ഞു - 'ഞാനൊരു വഴി കണ്ടിട്ടുണ്ട്. കുരങ്ങന്മാർ ഉറക്കെപ്പറയണം' - 'ധൈര്യമായിരിക്കൂ' - 'ഇതാ ശ്രദ്ധിക്കൂ'-'ഈ വലിയ വൃക്ഷത്തി

ന്റെ ശാഖ താഴോട്ട് ഇറക്കിത്തരാം. 'നിങ്ങൾ രണ്ട് കൈകളും ബലമായിപ്പിടിച്ചു അള്ളിപ്പിടിക്കണം. കമ്പ് പൊക്കിയാൽ പിടി വിടരുത്.' ധൈര്യമായി കിടന്നോരെ പൊക്കി. അപ്പോൾ ഒരണ്ണാൻ ഓടിവന്നു പറയുന്നു. 'കുരങ്ങൻ ചേട്ടന്മാരെ എണ്ണമറ്റ ജീവികൾ പാർപ്പിടങ്ങളിൽ ചത്തോ ജീവൻ ഉണ്ടോ? എന്നറിയുന്നുമില്ലാ.' കുരങ്ങന്മാർ - നിങ്ങളവരുടെ പാർപ്പിടങ്ങളിൽപ്പോയി 'ത്സിൽ, ത്സിൽ എന്ന ഓട്ടപ്പാട്ട് പാടണം.' 'ജിവനുള്ളോർ മറു ശബ്ദം ഉണ്ടാക്കും.' 'അങ്ങനെ രക്ഷപ്പെടുത്താം.' മുകളിൽ ചില്ലയിൽ അള്ളിപ്പിടിച്ചവർ പേടിച്ചുവിറച്ച് താഴെ വീണുപോയി. വീണ്ടും ചില്ല ഉയർത്തി മെല്ലെ താഴ്ത്തി - പുഴയുടെ അരികിലേക്ക് വെള്ളം കണ്ടപ്പോൾ സന്തോഷത്തോടെ എടുത്തുചാടി. ദേഹം മൊത്തം പൊതിഞ്ഞിരുന്ന ചെളികലങ്ങി വെള്ളം മോശമായിപ്പോയി!

കരയിൽക്കയറിവർക്ക് വല്ലാത്ത വിശപ്പ്; പരസ്പരം കടിച്ചു കീറാൻ തുടങ്ങി. അപ്പോഴൊരു സന്യാസി പുഴയിൽ നിന്നും കുളി കഴിഞ്ഞ് നാമം ജപിച്ചുകൊണ്ട് നടന്നുവരുന്നതാണ് മൃഗങ്ങളുടെ ദൃഷ്ടിയിൽപ്പെട്ടത്. ഓരോരുത്തരായി അദ്ദേഹത്തിന്റെ മേൽ ചാടിക്കയറി കടിച്ചുപറിക്കാൻ തുടങ്ങിയപ്പോൾ 'അരുതേന്നു

വിലക്കി.' മൃഗങ്ങൾ നിന്ന നിലയിൽ നിന്നുപോയി! ആ കാഴ്ച്ച കണ്ട് കരങ്ങുകൾക്ക് സങ്കടം തോന്നി. ദിവ്യൻ പോയപ്പോൾ മുതിർന്ന കുരങ്ങൻ പിന്നാലെ പോയി പ്രഭോ ക്ഷമിച്ചാലും. അനേകനാളായി പ്രളയത്തിൽ അകപ്പെട്ടുപോയവരാണ്. 'ശരി ഇനി മുതൽ ആശ്രമപരിസരത്ത് സസ്യഭുക്കുകളായി കഴിഞ്ഞോട്ടെ.' അപ്പോൾ തന്നെ മൃഗങ്ങൾ ആശ്രമപരിസരത്തെത്തി സസ്യഭുക്കുകളായി മാറിക്കഴിഞ്ഞു.

മുടന്തൻകുന്നിലെ ഭാഗ്യ

യാത്രാപ്രിയരായ ദമ്പതികൽ മുടന്തൻകുന്ന് കാണാനിറങ്ങി. കുന്ന് കയറിത്തുടങ്ങിയപ്പോൾ അവരാകെ തളർന്നു പോയി. ദാഹിച്ചും ക്ഷീണിച്ചും ഒരു തണൽ മരത്തിന്റെ ചോട്ടിൽപ്പോയി ഇരുന്നു. നല്ല കാറ്റ് കൊണ്ടപ്പോൾ ക്ഷീണം ഒരുമാതിരി മാറി - അയാൾ ആകാശച്ചുരുവിലേക്ക് നോക്കിക്കിടന്നു!. കമഴ്ത്തി വെച്ച കുട്ടക്കീഴിൽ കിടക്കയാണെന്ന് ഒരു തോന്നൽ!.

കുറച്ച് കഴിഞ്ഞ് വീണ്ടും നടക്കാൻ തുടങ്ങി. അന്നേരം എവിടെ നിന്നോഒരു കുഞ്ഞിന്റെ കരച്ചിൽ കേട്ടു. കരച്ചിൽ കേട്ട സ്ഥലം ശ്രദ്ധിച്ചു. നിറുത്താത്ത കരച്ചിൽ!. ഈ പൊന്തക്കാട്ടിൽ ശിശുരോധനം എങ്ങനെ? സൂക്ഷിച്ച് കുറച്ച് പോയപ്പോൾ കാടിന്റെ മൂലയിൽ നിന്നുമാണ് ശബ്ദം ഉയർന്നുകേട്ടത്. അങ്ങോട്ട് നോക്കിയപ്പോൾ കുഞ്ഞിനെ ഉറുമ്പുകൾ തിന്നുകൊണ്ടിരിക്കയാണ്!. എങ്ങനെ വാവേ, എടുക്കും?. അങ്ങനെ ഓർത്ത് നില്ക്കുമ്പോൾ, ഉപ്പനും മറ്റു പക്ഷികളും കൂടി ഉറുമ്പുകളെ തിന്നു തീർത്തു.

സഞ്ചാരി കുഞ്ഞിനെ എടുക്കാൻ തുടങ്ങിയപ്പോൾ, ഉപ്പൻ പറഞ്ഞു, 'ഈ കുഞ്ഞുവാവേ, ഈ കാട്ടിൽ നിന്നും എങ്ങും കൊണ്ടുപോകരുത്. ആരോ ഉപേക്ഷിക്കപ്പെട്ട ചോരക്കുഞ്ഞ്. അതിനാൽ അവളുടെ മാതൃസ്ഥാനം ഈ കാടാണ്!. 'യാത്രക്കാരാ' പക്ഷികൾ കൂട്ടത്തോടെ 'നിങ്ങൾ ഒരു തരത്തിലും കുഞ്ഞിനെ ദ്രോഹിക്കാൻ പാടില്ല. ഞങ്ങൾ എപ്പോഴും കാവലുണ്ടാവും'.

ഭാഗ്യവശാൽ കിട്ടിയ കുഞ്ഞിനെ അത്യധികം സന്തോഷത്തോടെ നോക്കിത്തുടങ്ങി. ചുറ്റുപാടും നോക്കി നോക്കി ശകലം നടന്നപ്പോൾ നല്ല പഴങ്ങൾ പാകമായി കിടക്കുന്നു. അത് പിഴിഞ്ഞെടുത്ത് ചാറാക്കി കുഞ്ഞിന് കൊടുത്തു തുടങ്ങി. കുന്നി

ൽ നിന്നും കുഞ്ഞുമായി പുറത്തു പോകാനും നിവൃത്തിയില്ലാ!. എന്താണു ഒരു വഴി?. അപ്പുറത്ത് അയാളുടെ ഭാര്യ തീ കൂട്ടിയിട്ട് കിഴങ്ങുകൾ വേവിക്കുകയായിരുന്നു. പുകച്ചുരുൾ മേലോട്ട് ഉയർന്നു പോകുന്നത് അയാൾ ശ്രദ്ധിച്ചുകൊണ്ടിരുന്നപ്പോൾ, പുറകിൽ ഒരു വിളി! 'കേശവാ' - ആരാണോ വിളിച്ചത്! എന്റെ പേര് തിരിച്ചറിഞ്ഞതാരാണ്?. ഉടനെ ഒരു സ്വാമി മുന്നിൽ നില്ക്കുന്നു! സ്വാമിയെ സൂക്ഷച്ചിട്ട്, അല്ലയോ 'സ്വാമി, എന്റെ പേര് അങ്ങ് എങ്ങനെ അറിഞ്ഞു'. - മോനെ അത് ഞാൻ ഗ്രഹിച്ചത് അതാ അവിടെ നിന്നും മുകളിലോട്ട് വിരൽ ഉയർത്തിക്കാണിച്ചു. മറു ചോദ്യം പിന്നെ ഉണ്ടായില്ലാ. ശകലം വെള്ളം വേണമായിരുന്ന്, 'കുറച്ച് ക്ഷമിച്ചാലും ഞാൻ താഴെപ്പോയികൊണ്ടുവരാം.'

വെള്ളമെടുക്കാൻ താഴോട്ട് ഇറങ്ങിയപ്പോൾ അദ്ദേഹം പറഞ്ഞു, 'അതാ ആ കുഴിയിലെപ്പോഴും വെള്ളം കാണും'. ആ അത്ഭുതസ്വാമിയെ അവര് താണു വണങ്ങി!. 'യശോദ' അയാളുടെ ഭാര്യ കുഞ്ഞിനെ അദ്ദേഹത്തെ ഏൽപ്പിച്ചു. കുഞ്ഞിനെ മടിയിൽ വച്ചിട്ട് ഒരു വിരൽകൊണ്ട് എന്തൊക്കയോ വരച്ചുവച്ചു!. അന്നേരം തന്നെ അമ്മേന്നു വിളിച്ചുകൊണ്ട് നടന്നു ചെന്നു. അടുത്തു നിന്നിരുന്ന കേശവന്റെ മുണ്ടിൽപ്പിടിച്ച് മുഖത്തേക്ക് നോക്കി, അച്ഛാ എന്നെ എടുത്തോ? എന്താ ഒരത്ഭുതം

? ദൈവം തമ്പുരാനെ, എന്ന് ഉറക്കെ വിളിച്ചു, ആ നാദം മാറ്റൊലി കൊണ്ടു.

ഓടി നടന്ന് കുഞ്ഞ് സന്യാസിയുടെ പാദങ്ങളിൽ തലചേർത്തു വെച്ചു. അപ്പോൾത്തന്നെ അവർക്ക് താമസിക്കാനുള്ള ഒറ്റമുറി വീട് ഉയർന്ന് കഴിഞ്ഞു. അല്ലയോ ഭാഗ്യവാന്മാരെ, നിങ്ങൾ കാണുന്ന ഒറ്റമുറി വീട് ഏഴുനില മാളികയാണ്. ഏഴ് വാതിലിലൂടെയും ഒരേ സമയം നിങ്ങൾക്ക് കാഴ്ച കിട്ടും. പുറത്ത് കാണുന്നത് ഒറ്റമുറി വീട്!. ഞാൻ തിരികെ വരാം എന്നു പറഞ്ഞിട്ട് അത്ഭുതസ്വാമി പറന്നുപോയി.

ഒരു ദിവസം കുഞ്ഞനെക്കാണാൻ ഉപ്പനും മറ്റു പക്ഷികളും അവിടെ വന്നു. കുഞ്ഞ് കുറെ വലുതായിരിക്കുന്നു. കുഞ്ഞിന്റെ പേര് അവര് വിളിച്ചു- 'ഭാഗ്യ'-ഭാഗ്യ ആപ്പേര് പക്ഷികൾപ്പാടി നടന്നു. കുഞ്ഞിനോട് കണ്ണടച്ചിരിക്കാൻ പറഞ്ഞു. കണ്ണു തുറന്നപ്പോൾ ഒരു തൂവൽ ഉടുപ്പ്. ഏഴു നിറങ്ങളുള്ളവ- ആ ഉടുപ്പിട്ട്-പക്ഷികളോടൊപ്പം തുള്ളിച്ചാടിക്കളിച്ചു.

ഒരു ദിവസം ഭാഗ്യ- 'സ്വമി അപ്പൂപ്പനെ വിളിച്ചു. സ്വാമി അപ്പൂപ്പാ നീട്ടി വിളിച്ചു.'അപ്പൂപ്പൻ പറന്നു വന്നു. കുഞ്ഞിന് ഒരു കല്ല് കൊടുത്തിട്ട് പറഞ്ഞു. ഇതിൽ തൊട്ട് എന്ത് വിചാരിച്ചാലും അത് സത്യമാവും കുട്ടി അവളുടെ ഉടുപ്പിൽ തൊട്ട് വിചാരിച്ചപ്പോൾ അത് സ്വർണ്ണമായി മാറി. 'സ്വാമി അപ്പൂപ്പാ വായോ'- അത് കേട്ട സമയം സ്വാമി ചിറകു വിശീപ്പറന്നു വന്നു.

അത്ഭുത ശിശു വാർത്തയറിഞ്ഞു. സഞ്ചാരികൾ ഒരു പാട് പേര് മുടന്തൻ കുന്നിലെത്തി. ആക്കൂട്ടത്തിൽ ഒരുആനക്കിട്ടിയും ഉണ്ടായിരുന്നു. സ്വാമി തൽക്ഷണം വന്ന് കുട്ടിയോട് പറഞ്ഞു. 'മോള്, ഭാഗ്യ വളരുകയാണ്. നിനക്ക് കാട്ടിലൂടെ സഞ്ചരിക്കാം. ഈ ആനക്കുട്ടിയുടെ പുറത്തൂടി.' മുടന്തൻ കുന്നിലെ ഭാഗ്യ. ഒരു ദേവതയായി മാറി.

പക്ഷിപ്പെട്ടിയും കുരങ്ങും

ബോട്ടുജെട്ടിയിൽ സാധാരണയായി ഒരു പക്ഷിനോട്ടക്കാരനും അയാളോടൊപ്പം ഒരു കുരങ്ങനും ഉണ്ടാകുമായിരുന്നു. തത്തയെ കൊണ്ട് ചീട്ട് എടുപ്പിച്ച് ഫലം പറയുന്നത് കുരങ്ങൻ ശ്രദ്ധിച്ചിരുന്നു!

ഒരു ദിവസം ജെട്ടിയിൽ വലിയ തിരക്കായി. അടുത്ത ക്ഷേത്രത്തിലെ ഉത്സവത്തിന് വന്നുപോകുന്നവരുടെ ബഹളം കാരണം ആയിരുന്നു. അതിനിടയിൽ പക്ഷിനോട്ടക്കാരൻ പെട്ടി ഒന്ന് താഴെ വച്ചിട്ട് മൂത്രമൊഴിക്കാൻ പോയി. അയാൾ തിരിച്ചുവന്നപ്പോൾ പെട്ടിയില്ലാ - ആരോടു ചോദിക്കാൻ? നാലുപാടും നോക്കീട്ട് നെഞ്ചത്തടിച്ചു കരഞ്ഞോണ്ട് മുകളിലേക്ക് നോക്കി! അതാ കുരങ്ങച്ഛൻ പക്ഷിപ്പെട്ടി തോളിലിട്ടോണ്ട് മരകൊമ്പത്ത് ചാടിച്ചാടി നടക്കുന്നു. അങ്ങനെ കുരങ്ങൻ വേറൊരു പ്രദേശത്ത് എത്തിച്ചേർന്നു.

തത്തയും കുരങ്ങനുമായി വലിയ സ്നേഹത്തിലായിരുന്നു. അവളെ വിശപ്പിക്കാതെ ഓരോന്ന് വാങ്ങികൊടുത്തിരുനു. ഒരു ദിവസം അവനെരാശയം തോന്നി. ഞാനെന്തിനാ ഈ പ്പെട്ടിയും തൂക്കി നടക്കുന്നത്? എന്താ ഒരു പ്രയോജനം? എന്നാലെ, ഒരു ചെറിയ ചെണ്ടകൂടി ആയാലോ? അത് നല്ല രസം ആയിരിക്കുമെന്ന് തത്തമ്മയും അഭിപ്രായപ്പെട്ടു. ചെണ്ട കൊട്ടികൊണ്ട് തത്തമ്മ പ്പെട്ടി തോളിലിട്ടുകൊണ്ട് നടക്കുന്ന കുരങ്ങന്റെ കൂടെ കുട്ടികൾ കൂടി ത്തുടങ്ങി. ഓരോ വീട്ടിലും ചെന്ന് കൂടു തുറന്ന് തത്ത ചീട്ടെടുക്കുന്നത് ചിലർക്ക് വലിയ വിശ്വാസവുമായി. കാശൊന്നും കൊടുക്കാത്തതിനാൽ ആളുകളും കൂടി ത്തുടങ്ങി.

കുറച്ചു നാൾ അങ്ങനെ കഴിഞ്ഞപ്പോൾ തത്ത പറഞ്ഞു. 'ഹലോ കുരങ്ങൻ ചേട്ടാ, ചേട്ടനല്ലേ ഇത്രയും നാൾ കൂട് തോളി

ലിട്ട് നടന്നത്.' 'അതുകൊണ്ട് ഒരു കാര്യം ചെയ്യാം ചേട്ടന്റെ തോള് വേദനിക്കുന്നില്ലേ? ഞാൻ കൂട് എടുത്ത്കൊളളാം. ചേട്ടൻ കൂട്ടിൽക്കയറണം. ഞാൻ ചീട്ട് നിരത്താം. ഇത് സമ്മതമാണോ?' 'ശരി തത്തമ്മേ,'അങ്ങനെ കുരങ്ങനെ കൂട്ടിലാക്കി. അപ്പോൾ തത്ത ഓർക്കയായി. ഞാനെന്തിന് ഈ ഭാരം എടുക്കണം? കുറച്ചു കഴിഞ്ഞ് പെട്ടി ഒരു മരത്തിന്റെ ചുവട്ടിൽ കൊണ്ടു വച്ചിട്ട് തത്തമ്മ ചിറക് നാലുഭാഗത്തേക്ക് കുടഞ്ഞിട്ട് ഒറ്റ പറക്കൽ! 'ഹാവൂ എത്ര സുഖം!' പറന്നു പറന്ന് കൂട്ടുകാരോടൊപ്പം കൂടി. ഉല്ലാസത്തോടെ കാടും, മലയും, വലയുകളും മാമരങ്ങളിലും എല്ലാം ഇഷ്ടം പോലെ പറന്നു നടന്നു!

ക്ഷീണം കാരണം ഒരു മരപൊത്തിൽ പോയിരുന്നു. പയ്യെ ഒന്ന് മയങ്ങിപ്പോയി! ആരോ 'തത്തമ്മേന്നു' വിളിച്ചങ്ങോട്ടു ചെന്നു. തത്തമ്മ കണ്ണുതുറന്നു നോക്കിയപ്പോൾ ഒരു കുരങ്ങമ്മയായിരുന്നു. കുരങ്ങമ്മ തത്തയോട് 'തത്തമ്മേ, നിങ്ങൾ ഒത്തിരി ഇടങ്ങളിൽ പോകുന്നതല്ലേ? അവിടെയെങ്ങാനും എന്റെ കുരങ്ങച്ഛനെ കണ്ടോ?' അപ്പോഴാണ് തത്തമ്മ ഓർക്കുന്നത്! ശരിയാണല്ലോ അത് അവൻ തന്നെ ആയിരിക്കാം. തത്തമ്മ കുരങ്ങമ്മയോട് പറഞ്ഞു. 'എനിക്ക് ഒരാളെ പരിചയം ഉണ്ട്. പക്ഷേ അവൻ ~ഒരു പെട്ടിയിൽ അകപ്പെട്ടുപോയി.' അവൾ ഓർക്കയായി. ചെയ്തത് വലിയ തെറ്റായിപ്പോയി. എത്ര നാൾ എന്നെ ചുമന്നു നടന്നവൻ!, ഇഷ്ടമുള്ള ഭക്ഷണസാധനങ്ങൾ തന്നവൻ, സുന്ദരി തത്തേ, പച്ച തത്തേമ്മേ വിളിച്ച് പുന്നാരിപ്പിച്ചവൻ! കുര

ങ്ങന്റെ ശംബ്ദം അവളുടെ ഓർമ്മയിൽ മുഴങ്ങി കേട്ടപോലെ!

തത്ത കുരങ്ങമ്മയോട് പറഞ്ഞു. 'വാ നമുക്ക് അവന്റെ അടുത്ത് പോകാം. എന്റെ പുറത്ത് കയറിയിരുന്നോ.' ഒടുവിൽ പെട്ടിയിൽക്കിടക്കുന്നവന്റെ അടുത്ത് എത്തി. അന്നേരം കുരങ്ങൻ വളരെ അവശനായിരുന്നു. കണ്ണിൽപ്പൊടി കയറി കാഴ്ച്ച നഷ്ടപ്പെട്ടിരുന്നു. അടുത്ത് ചെന്നിട്ട് തത്തമ്മ വിളിച്ചു. 'കുരങ്ങൻചേട്ടാ ചങ്ങാതി ഇത് ഞാനാ, തത്തമ്മ. സുന്ദരി തത്ത!' ആ വാക്ക് അവന് സന്തോഷമായി. കൈ പുറത്തിട്ട് വികൃതികൾ കാട്ടിയപ്പോൾ അവൾ പറഞ്ഞു. 'ഇതാരാന്നു നോക്കിയേ,' കുരങ്ങമ്മയുടെ ചുണ്ട് നീണ്ട് കുരങ്ങന്റെ ചുണ്ടിൽ ഉരസി! അവൻ പൊട്ടിച്ചിരിച്ചു! കൂട് തുറന്നു വിട്ടു! കുരങ്ങൻ തത്തെ പുറത്തിരുത്തി നൃത്തം ചെയ്തു! കുരങ്ങൻ ദമ്പതികൾ ഉല്ലാസത്തോടെ കാട്ടിലേക്ക് പോയി. തത്തമ്മ അവർക്ക മേലേ വട്ടമിട്ട് പറന്ന് പറന്ന് പോയി.

പന്ത് വിഴുങ്ങി തത്തമ്മ

തോമസ് അതിരാവിലെ അഭിയുടെ വീട്ടിലെത്തി. കുറെ നേരം രണ്ടു പേരും കൂടി ഫുട്ബോളിനെക്കുറിച്ചും മറ്റും പറഞ്ഞുകൊണ്ടിരുന്നു.

അവർ വീടിനു പുറത്തോട്ടു പോയി. കണ്ണികണ്ട കുറെ വെയ്സ്റ്റ് സാധനങ്ങൾ പെറുക്കികൂട്ടി. സമയം അധികം ആയിട്ടും ഭക്ഷണം കഴിക്കാൻ ചെന്നില്ല. അമ്മ വിളിച്ചു പറഞ്ഞു. 'മക്കളേ വല്ലതും കഴിച്ചിട്ട് പോരെ കളികൾ.' 'അമ്മേ ഞങ്ങൾ പന്തിനേയും പന്ത് കളിയേയുംകുറിച്ചാണ് പറഞ്ഞോണ്ടിരിക്കുന്നത്.' അവര് പരസ്പരം പറഞ്ഞു. നമുക്ക് 'നല്ലപോലെ കളിച്ചു പഠിക്കണം!' 'ആദ്യമേ വലിയ ബോളൊന്നും വാങ്ങാൻ കാശില്ലല്ലോ?' 'തൽക്കാലം ഈ സാധനങ്ങൾ കൊണ്ട് പന്ത് ഉണ്ടാക്കണം.'അങ്ങനെ നന്നേ ബുദ്ധിമുട്ടി ഒരു പന്ത് ഉണ്ടാക്കി. തോമസ് പറഞ്ഞു. 'എടോ അഭിയേ ഇത് പോയാലും സാരമില്ലാ- പിന്നേയും ഉണ്ടാക്കണം. നമുക്ക് തട്ടിക്കളിച്ചാൽപ്പോരെ.' ആദ്യത്തെ ശ്രമം തന്നെ വിജയിച്ചു.! കളിപ്പന്തിനെ ഒന്ന് തൊട്ട് നമിച്ചിട്ട് ആദ്യം തോമസ് ഒരു തട്ടു തട്ടി! പക്ഷേ ബോൾ പ്രതിക്ഷിക്കാത്ത അത്രയും കുറെ ദൂരെവരെ പ്പോയി. രണ്ടാമത് അഭിയും തട്ടി. അതാ പന്ത് നല്ല വേഗത്തിൽ ഉയർന്നുപൊങ്ങി. ശ്ശേടാ - അത്ഭുതം അങ്ങനെ രണ്ടുപേരും മതിവരുവോളം തട്ടിയും ശ്രദ്ധിച്ചും ഉന്നങ്ങൾ കണ്ടെത്തി. ശകലം കഴിഞ്ഞപ്പോൾ ഒറ്റയടിയ്ക്ക് ബോൾ പറന്ന് മാവിന്റെ കൊമ്പിൽ പോയി തുളഞ്ഞു കീറി. മക്കൾ സങ്കടത്തോടെ നോക്കി നിന്നു. കുറച്ചു നേരം ആലോചിച്ചിട്ട് പറഞ്ഞു. എടാ നമുക്ക് കീറാത്ത പന്ത് ഉണ്ടാക്കാം. വീട്ടിലേക്ക്; വല്ലാതെ ക്ഷീണിച്ച് വിയർപ്പൊലിപ്പിച്ചാണ് ചെന്നത്. കാറ്റുകൊണ്ട് ഇറയത്ത് ഇത്തിരിയിരുന്നു. അമ്മയെ വിളിച്ചോണ്ട്

അകത്തോട്ട് ചെന്നിട്ടു പറഞ്ഞു. 'ഞങ്ങളുടെ ലക്ഷ്യം എങ്ങനെ പന്തുണ്ടാക്കി പ്രാക്ടീസ് ചെയ്യാ. അത് വിജയിച്ചു.' എന്നാൽ അടിയുടെ ശക്തികൊണ്ട് പന്തുയർന്നു മാവിൻ കൊമ്പിൽ തുളഞ്ഞു കയറിപ്പോയി! 'അമ്മ നേരു പറയുന്നോ?' 'സത്യായിട്ടും' - 'വാ ഞങ്ങളു കാണിച്ചുതരാം.' 'നല്ല കാര്യം മക്കളേ ഇനിയും നല്ല ബലമുള്ളത് ഉണ്ടാക്കിയ്ക്കോ. കുട്ടികൾ സന്തോഷം കൊണ്ട് തുള്ളിചാടി!

വീണ്ടും അന്വേഷണങ്ങളായി. സൈക്കിൾ റ്റിയൂബ് കൊണ്ട് പൊതിഞ്ഞ ഭാരക്കുറവുള്ള പൊങ്ങിപ്പോകുന്ന പന്ത്!

രണ്ടാമത്തെ പന്തുമായി ഉത്സാഹിച്ചു വന്നപ്പോൾ ആദ്യത്തെ കീറിയ പന്ത് അവരുടെ കണ്ണിൽ കൊണ്ടു- 'എടാ നമുക്ക് ഒന്ന് എടുക്കാൻ നോക്കാം.' 'പക്ഷേ മരത്തേക്കേറ്റം അറിയില്ലല്ലോ?' അങ്ങനെ പറഞ്ഞോണ്ട് തിരിഞ്ഞു നടക്കുമ്പോൾ പുറകിൽ നിന്നും ഒരു പന്ത് വിളി. 'ഇരിയ്ക്കും പന്ത്, ഉരുളും പന്ത്, ഓടും പന്ത്, പറക്കും പന്ത്' - അങ്ങനെ ആവർത്തിച്ച് പന്തിനെകുറിച്ചുള്ള നുറുങ്ങു കവിതകൾ കേട്ടു. ആരാണോ എന്നറിയാൻ ചുറ്റിലും നോക്കി. അന്നേരം രണ്ട് കുരങ്ങന്മാരും രണ്ട് തത്തകളും മാടത്തയും കൂടിയാണ് അത് പാടിയത്. തത്തകൾ കീറിയ പന്തി

ന്റെ ഭാഗങ്ങൾ കൂട്ടികൊടുക്കാൻ കുരങ്ങനോട് പറഞ്ഞു. കുരങ്ങൻ മരത്തിന്റെ കാണാത്ത ഉയരങ്ങളിലേക്ക് പറന്നുപോയി. തിരിച്ചുവന്നപ്പോൾ പന്ത് ശരിയായിരിക്കുന്നു. പക്ഷേ ആ പന്തുകളി ആകാശത്തിൽത്തന്നെയായിരുന്നു. അപ്പോഴോ കൂട്ടുകാർ വാപൊളിച്ചു, കണ്ണ് മിഴിച്ച് മുകളിലേക്ക് നോക്കി നില്ക്കയായിരുന്നു. കുരങ്ങന്മാർ അടിച്ചു തെറിപ്പിച്ച പന്ത് തത്തമ്മയുടെ വായിലോട്ട് കറയിപ്പോയി. തത്ത പന്തുമായിപ്പറന്ന് പക്ഷികളുടെ അടുത്ത് ചെന്നു. എന്നാൽ തത്തയ്ക്ക് മിണ്ടാൻ വയ്യാ! - വായോ? വീർത്തിരിക്കുന്നു. അടുത്തു വന്ന മരം കൊത്തി ചോദിച്ചു. 'എന്തേ തത്തമ്മേ ? വായിൽ പന്ത് കയറിപ്പോയെന്നു പറഞ്ഞ് ഒപ്പിച്ചു. മരം കൊത്തി മരത്തിൽ കൊത്തുന്നപോലെ തത്തയുടെ ചിറകിൽ കൊത്തിത്തുടങ്ങി. ഹായ് വായിലിരുന്ന പന്ത് പുറത്തേക്ക് ചാടി. അത് പറന്ന് കുരങ്ങന്മാരുടെ അടുത്തു ചെന്നു.

കൂട്ടുകാർ പന്ത് പിടിച്ചോണ്ട് നോക്കി നില്ക്കുകയായിരുന്നു. പന്തിന്റെ കാര്യം അറിയാൻ ഒരുപാട് പക്ഷികൾ വൃക്ഷത്തിൽ വന്ന് ഇരിപ്പായി. അന്നേരം കുരങ്ങന്മാർ മാവിൻകൊമ്പിൽ പല തരം ബോളുകൾ ഉണ്ടാക്കി തൂക്കി ഇടുകയായിരുന്നു. പന്ത് വിഴുങ്ങി തത്ത പറഞ്ഞു. 'കുരങ്ങഞ്ചേട്ടാ - ആ മക്കൾ വെള്ളം പോലും കുടിക്കാതെ പന്തിന്റെ വിചാരത്തിൽ മേലോട്ട് നോക്കി നില്ക്കുന്നത് കാണുന്നില്ലേ?'

കുരങ്ങൻ മറ്റു പക്ഷികളോട് പറഞ്ഞു. 'ഞാൻ ആ കുട്ടികളെ ഒന്നു പറ്റിയ്ക്കാൻ പോണു. നമുക്ക് അങ്ങോട്ട് ചെല്ലണം.' അങ്ങനെ കുരങ്ങനും പക്ഷികളും കൂടി താഴെ വന്നു. അവര് രൂപം മാറിയാ വന്നത്. കുട്ടികളെപ്പോലെ വാ കൂട്ടുകാരെ നമുക്ക് പന്ത് കളിയ്ക്കാം. പന്തു കളിക്കാർ കൂടിയപ്പോൾ അപ്പുറം ഒരു മൈതാനത്തിലേക്ക് നീങ്ങി നിന്നു. രണ്ട് കുരങ്ങന്മാരും പന്തുവിഴുങ്ങി തത്തമ്മ ഒരു വശത്തും. നാലു തത്തകളും മരം കൊത്തിയും മാടത്തയും കുട്ടികളോടൊപ്പവും ചേർന്നു നിന്നു. ഈ ജാലവിദ്യ കുട്ടികൾക്കും അറിയില്ല. അന്നേരം ആദ്യം പാടിയ കവിത തത്തമ്മ വീണ്ടും പാടിത്തുടങ്ങി. അപ്പോഴാണ് അത് തത്തമ്മയാണെന്നും മറ്റും ഓർത്തത്.

കളി ആവേശത്തോടെ തുടർന്നപ്പോൾ അടിയ്ക്കുന്ന പന്ത് മൊത്തം തലയ്ക്കുമേലെ നിന്നും പലനിറം ബോളുകളായി മാറികൊണ്ടിരുന്നു. ക്ഷീണിച്ച കുട്ടികൾ മുകളിലേക്ക് നോക്കികൊണ്ട് പറഞ്ഞു. 'ക്ഷമിച്ചാലും ഞങ്ങൾക്ക് ഒരു ജാലവിദ്യയും വശ

മില്ല! അതിനാൽ ഞങ്ങളോട് ദയവുണ്ടാകണം. പന്തുകളിയിൽ കഴിവുള്ളവരാകണമെന്ന് ആ കളിയോടെ അത്രയ്ക്കും ഇഷ്ട മാണേ!'

വീണ്ടും കുരങ്ങന്മാരും അത്ഭുതപക്ഷികളും ഒരു കാര്യം കൂടി നിശ്ചയിച്ചു. 'കുട്ടികളേ ഒന്നുകൂടി പരീക്ഷിക്കാം.' എന്നിട്ട് അവ ർക്ക് അവരുടെ പന്ത് കൊടുക്കുന്നതോടൊപ്പം ഒരു സ്വർണ്ണപ്പ ന്തും കൊടുക്കാം. അത് വേണമെന്ന് ജാലവിദ്യക്കാർ തീർച്ചപ്പെ ടുത്തി.

കുറെ പന്തുകൾ കുട്ടികളുടെ മുന്നിൽ നിരന്നു. വലുതും നി റമുള്ളതും. വെള്ളിയും സ്വർണ്ണപ്പന്തു വരെ. നിങ്ങളുടെ പന്ത് നോക്കി എടുക്കാൻ പന്ത് വിഴുങ്ങി തത്ത പറഞ്ഞു. മക്കൾ വളരെ നേരം ഓരോന്നും സൂക്ഷിച്ചു നോക്കി അന്നേരം അവ രുണ്ടാക്കിയ 'കീറിപ്പോയ പന്താ ഞങ്ങളുടേത് എന്ന് പറഞ്ഞു.' മറ്റൊന്നും ഞങ്ങളുടേതല്ലാ. ആ സത്യസന്ധത കാട്ടിയ കുട്ടികളെ അവർ അനുഗ്രഹിക്കുകയും ബാക്കി എല്ലാം നിങ്ങൾക്ക് സ്വന്തം എന്നു പറഞ്ഞ് മായാരൂപികൾ പറന്നുപോയി. മക്കൾ മേലോട്ട് നോക്കി നിന്നുപോയി!

തങ്കുവും മാന്ത്രിക എലിയും

അമ്മൂന്റെ വീട്ടിൽ തങ്കു എന്നൊരു പൂച്ചക്കുട്ടി ഉണ്ടായിരുന്നു. നന്നേ ചെറിയ പ്രായത്തിലെ കൊണ്ടുവന്നതാണ്. കുഞ്ഞായിരിക്കുമ്പോൾ നല്ല തൊട്ടിലു കെട്ടി ആട്ടി ആട്ടിയാണ് ഉറക്കിയിരുന്നത്. പാലും മുട്ടയും മുടങ്ങാതെ കൊടുക്കുമായിരുന്നു. ശകലം വലുതായപ്പോൾ ഭക്ഷണം കൊടുക്കാൻ പാത്രങ്ങൾ പ്രത്യേകം മാറ്റിവച്ചിരുന്നു. വീട്ടിനു പുറത്ത് എവിടെ പോയാലും തങ്കൂന്ന് .. നീട്ടി വിളിച്ചാൽ ഓടി എത്തുമായിരുന്നു.

അവൻ ഇപ്പോൾ വലിയ പൂച്ചയായി മാറി. വീടിന്റെ ഓരോ മുക്കും മൂലയും എപ്പോഴും സൂക്ഷിച്ചുനോക്കികൊണ്ടിരിക്കും. കൂട്ടിലിട്ടു വളർത്തുന്ന ഡന്നിപ്പട്ടിയുമായി തങ്കൂന്ന് വലിയ കൂട്ടായിരുന്നു. അവൻ കഴിക്കുന്ന ഭക്ഷണത്തിന്റെ ഒരു പങ്കു കൂട്ടിനടുത്ത് കൊണ്ട് കൊടുക്കുമായിരുന്നു.

ഒരു ദിവസം പതുങ്ങിയിരുന്ന ഒരു മാടത്തെയെ കടിച്ചുകൊണ്ടുവന്നപ്പോൾ അമ്മൂന്റെ അമ്മ അവനെ നല്ല തല്ലു കൊടുത്തു. അവരു പറഞ്ഞു; നീ ഇനിയും മറ്റു ജീവികളെ കൊല്ലരുതേ നിന്നെപ്പോലെ അവർക്കും കഴിയണ്ടേ? അതിൽപ്പിന്നെ അങ്ങനെയുള്ള പണികൾ ചെയ്തിരുന്നില്ല.

രണ്ട് വർഷം കഴിഞ്ഞു-അമ്മു കളിക്കാൻ പോയപ്പോൾ തൊഴുത്തിന്റെ പുറത്ത് വെള്ള തൊപ്പിവച്ച ഒരു ജീവിയെകണ്ടു! ചേട്ടനെ വിളിച്ചു കാണിക്കാൻ പോയനേരംകൊണ്ട് അത് പോയ്ക്കഴിഞ്ഞു! ങൂ.. ഇനിയും വരുമല്ലോ? അങ്ങനെ സമാധാനിച്ചു. പിറ്റേദിവസം മുതൽ തങ്കൂനെ കാണാതായി. അന്വേഷിച്ചിട്ട് എങ്ങും കണ്ടുമില്ലാ. തങ്കു പോയത് തൊഴുത്തിന്റെ പുറകിലൂടെയാണെന്ന് ഓർത്തിരുന്നിട്ട് അവിടെ ചെന്ന്, കാൽപ്പാടുകൾ നോക്കി തങ്കൂന്റെ ചുവടുകളോടൊപ്പം വലിയ മറ്റൊരു ജീവിയു

ടെ ചുവടു കണ്ടു. കുറച്ചൂടെ മുന്നോട്ട് പോയപ്പോൾ ഒരു വലിയ തുരങ്കവും കാണുകയുണ്ടായി. ഒരു പക്ഷേ തങ്കു അതിലൂടെ പോയതാവാം എന്ന് സമാധാനിച്ചു!

വെള്ള തൊപ്പിക്കാരൻ എലിയുടെ കൂടെ കൂട്ടുകൂടി - അങ്ങ നെ നിന്നപ്പോൾ തൊപ്പി എലി പറഞ്ഞു - 'വാ സ്നേഹിതാ എന്നോടൊപ്പം.' ആ വിളി തങ്കൂന് സന്തോഷമായി. അങ്ങനെ അവരു നടന്നു നടന്നു ഒത്തിരി ദൂരെ വരെ ചെന്നു. അന്നേരം തുരങ്കം അവസാനിച്ചു. തൊപ്പിക്കാരൻ പറഞ്ഞു, 'വാ നമുക്ക് പോകാം.' ഐയ്യോ അതു പുഴയല്ലേ ? പേടിയ്ക്കേണ്ടാ. 'ഇതാ, ഇത് മാന്ത്രിക വടിയാണ്. വടിയിൽ തൊട്ടിട്ട് പറഞ്ഞാൽ പുഴ കട ക്കാം പറന്നു പോകാം.'അങ്ങനെ പുഴ കടന്ന് തൊപ്പിക്കാരന്റെ വാസസ്ഥലത്ത് എത്തിച്ചേർന്നു. നാലുകാലിൽ നടക്കുന്ന തങ്കൂ നെ അത്ഭുതത്തോടെ അവര് നോക്കി നിന്നു! അവിടെ എല്ലാ എലികൾക്കും രണ്ടു കാലും വെള്ള തൊപ്പിയുമായിരുന്നു. ഇത് അരേന്ന നോട്ടത്തിന് അവരുടെ ഗുരുവായ തൊപ്പി എലി പറ ഞ്ഞു. 'ഇവൻ എന്റെ ശിഷ്യനും വിശ്വസ്തനുമാണ്.' പൂച്ചകളും എലികളും അത്ഭുതത്തോടെ നോക്കിനിന്നു. എല്ലാവരും തമ്മി ൽ വലിയ സൗഹാർദ്ദവുമായിരുന്നു.

രാത്രി ആയപ്പോൾ അവർ ഒരുമിച്ച് പാടുകയും ആടുകയും ചെണ്ട കൊട്ടിക്കളിക്കയും ചെയ്യുന്നു! അപ്പോൾ തങ്കൂന്റെ വിചാരം ഇതെല്ലാം എങ്ങനെ സാധിക്കുന്നുവെന്നായിരുന്നു? തങ്കു 'ഗുരോ എനിയ്ക്കിതൊന്നും വശമില്ലല്ലോ?' 'സാരമില്ല. നാളെമുതൽ നീ ആയിരിക്കും ഇവരുടെ നേതാവ്. എല്ലാ ജാലവിദ്യകളും ഞാൻ പഠിപ്പിച്ചു തരും.' തങ്കൂന്റെ കണ്ണ് തിളങ്ങി. തങ്കൂന്റെ നാലുകാല് രണ്ടായി മാറിക്കഴിഞ്ഞു! പരിപാടികൾ കഴിഞ്ഞപ്പോൾ ഭക്ഷണസമയം ആയി. എല്ലാവരും പാലും പഴങ്ങളുമാണ് കഴിച്ചിരുന്നത്. തങ്കൂനെ കഴിക്കാൻ വിളിച്ചപ്പോൾ പഴം വേണ്ടാന്നു പറഞ്ഞു. ഗുരു അപ്പോൾ തന്നെ അവനു പാലുകൊടുത്തു.

ദിവസങ്ങൾ കുറെ കഴിഞ്ഞു. വെള്ളത്തൊപ്പിക്കാരായ പൂച്ചകളോട് അവൻ ഇണങ്ങിതുടങ്ങി. അതിൽ ഒരുത്തിയുമായി അടുത്തു. അങ്ങനെ വെള്ളത്തൊപ്പിക്കാരും രണ്ടു കാലിൽ നൃത്തം ചെയ്യുന്നവരുമായ മക്കൾ അവനുണ്ടായി! സന്തോഷത്തോടെ അങ്ങനെ കഴിഞ്ഞുപോന്നു. ഒരു ദിവസം വളരെ ദു:ഖത്തോടെ തങ്കു ഇരിക്കുന്നത് കണ്ടിട്ട് ഗുരു ചോദിച്ചു. 'എന്തേ ഒരു ക്ലേശം? എന്തായാലും പറയാം:' ശബ്ദം താഴ്ത്തി തുടർന്നു- 'ഗുരു എന്നെ ഏറെ സ്നേഹിച്ചുവളർത്തിയ മാതാപിതാക്കളും കുട്ടികളും എന്നെ ഓർത്ത് വിഷമിക്കുന്നത് എനിക്ക് മനസ്സിലാകുന്നു. ഒരു തവണ ഒന്നു പോയിക്കണ്ടുവരാൻ സഹായിക്കണം.' 'അത്രേയുള്ളോ? ദാ - നേരം പുലരട്ടെ.' എല്ലാവരും കൂടി പുറപ്പെട്ടു.

തങ്കു ആദ്യം പട്ടിക്കൂടിന്റെ അടുത്തുചെന്നു. രണ്ട് കാലിൽ നടന്നുവരുന്ന തങ്കൂനെ തിരിച്ചറിഞ്ഞില്ലാ - തങ്കു - അങ്ങോട്ട് ചെന്ന് അഴികൾക്കിടയിലൂടെ തല നീട്ടിയിട്ട് പറഞ്ഞു. 'എടാ ഡന്നീ' ഞാൻ തങ്കു തന്നെയാ' അവൻ സന്തോഷത്തോടെ കുരച്ച് ശബ്ദം ഉണ്ടാക്കി. മുഖം വെളിയിലേക്കിട്ട് എന്തൊക്കയോ പറഞ്ഞു.

വീണ്ടും തങ്കു നാലുക്കാലിൽത്തന്നെ അകത്തേക്ക് ചെന്ന് അമ്മയെ ചുറ്റിപ്പറ്റി ഉരുമ്മി നടന്നു. അച്ഛൻ ഉറക്കമായിരുന്നു. തോണ്ടി വിളിച്ചു. 'അച്ഛാ തങ്കുവാന്നു'പറഞ്ഞു. ആശ്ചര്യത്തോടെ തലോടി. വേഗം മകളുടെ റൂമിൽപ്പോയി. അവര് സ്കൂളിന്ന് വന്നിട്ടില്ലാ.

അച്ഛനും അമ്മയും കൂടി തങ്കൂന്റെ പുറകേ പുറത്തേക്ക് നടന്നു. അതാ അത്ഭുതം വെള്ളത്തൊപ്പിക്കാരായ ഇരുകാലി തടിച്ച

എലികളും വെള്ളനിറമുള്ള രണ്ടുകാലിൽ നടക്കുന്ന പൂച്ചകളേയും കണ്ട് അങ്ങനെ നോക്കിനിന്നപ്പോൾ അതാ ആകാശത്തിലൂടെ ഒരു പറ്റം സുഹൃത്തുക്കൾ ഇറങ്ങിവന്നു. 'തങ്കു, തങ്കു - വാ - പോകാനുള്ള സമയമായി ഗുരു വിളിക്കുന്നു.' അങ്ങനെ തങ്കുവും കുടുംബവും മറ്റുള്ളോരും പറന്നു പറന്നു പോയി.

തവളപിടുത്തക്കാർ

മഴക്കാലത്തിന്റെ തുടക്കം അറിയിച്ചുകൊണ്ട് തവളകൾ മാക്രോം മാക്രോം പാടിക്കൊണ്ടിരുന്നു. ഒരു വലിയ മരത്തിനു ചുവട്ടിലായിരുന്നു അവരുടെ താമസം. അവര് കൂട്ടത്തോടെ പാടിപ്പാടി കവിളുകൾ വീർത്തുപോയി!.

രണ്ട് ചെറുപ്പക്കാർ തവള ശബ്ദം കേട്ട് അങ്ങോട്ട് നോക്കി. അസ്സാധാരണ വലിപ്പവും ഭംഗിയുമുള്ള തവളകൾ അവരെ പിടിച്ചെടുക്കണമെന്ന് അവർക്ക് തോന്നി. ശത്രുക്കളെക്കണ്ടവർ ചെളിയിലേയ്ക്ക് പൂണ്ടുപോയി - തവളപിടുത്തക്കാർ ഓർക്കയായി, എങ്ങനെ എങ്കിലും ഒന്ന് പിടിച്ചിട്ടുതന്നെ കാര്യം!. തോളിൽ ഉണ്ടായിരുന്ന ചാക്ക് പാറയുടെ അരികിൽ വെച്ചു. അതിൽ നിറയെ തവളകളായിരുന്നു. ചാക്കിന്റെ മുകളിൽ വെള്ളം വീണു തുടങ്ങിയപ്പോൾ മാക്രോം, മാക്രോം കൂട്ടക്കരച്ചിൽ ആയി.

വലിയ വൃക്ഷത്തിലെ താമസക്കാരായ കാക്കകളോട് തവള ആശാൻ പറഞ്ഞു.-'സ്നേഹിതരേ, ഒരു വലിയ ആപത്താണ്, ദയവുണ്ടായി രക്ഷിക്കണം'. എന്റെ സഹോദരങ്ങളാണ് - 'അതാ, ആ കാണുന്ന ചാക്കിന്റെ കെട്ടഴിക്കണം'. 'ങും. ശരി' - കാക്കകൾ കെട്ടഴിച്ചു വിട്ടു. അന്നേരം അതിൽ ഉണ്ടായിരുന്ന മൊത്തം തവളകളും ചിറകടിച്ച് പറന്ന് ആ വലിയ വൃക്ഷത്തിലേയ്ക്ക് കയറി ഇരുന്നു.

തവളപിടുത്തക്കാർ ഒരിക്കലും കണ്ടിട്ടില്ലാത്ത ഭീമൻ തവളകളുടെ മേലേ ആയിരുന്നു അവരുട് കണ്ണ്, പെട്ടെന്ന് ഒരുത്തൻ പറഞ്ഞു- 'ദേ നമ്മുടെ ചാക്ക് പറന്ന് മരക്കൊമ്പിൽ ഇരിക്കുന്നു'. 'ഹയ്യോ, എന്ത് മായാജാലം? അപ്പോൾ തവളകളോ ? അതാ അവരും പറന്ന് മരക്കൊമ്പിൽ ഇരിക്കുന്നല്ലോ?' ഏറെ നിരാശയോടെ അങ്ങനെ നിന്നിട്ട്, വീണ്ടും തവളക്കുഴിയിൽ കൈയ്യി

ട്ടു!. പെട്ടെന്നവരുടെ കൈയ്യിൽ എന്തോ കൊണ്ടു. ചോര ഒലിച്ചു വരുന്നു. വേദന സഹിക്കാൻ വയ്യാതായി. കരയാൻ തുടങ്ങി! അത് തവള രക്ഷകനായ അപ്പൂപ്പന് സഹിച്ചില്ലാ! വേഗം മരുന്നു വെച്ചു കെട്ടി! ക്ഷണനേരം കൊണ്ട് - മുറിവുണങ്ങി - വേദനയും മാറി.

നന്ദി പറഞ്ഞ് പോകാൻ തുടങ്ങിയപ്പോൾ അപ്പൂപ്പൻ ചോദിച്ചു. 'നിങ്ങൾ വല്ലാതെ ബുദ്ധിമുട്ടി പക്ഷെ ഒരു പ്രയോജനവും ഉണ്ടായില്ലല്ലോ?' - വിങ്ങിപ്പൊട്ടി അവർ തുടർന്നു, 'ഞങ്ങളുടെ വീട്ടിലെ കാര്യം ഓർത്തിട്ടാണ് - രണ്ട് പേര് പനി കൂടിയിട്ടാശുപത്രിയാലാ, അടുത്ത വീട്ടിലെ ഒരാളോട് തവള കൊണ്ടുകൊടുക്കാം എന്നു പറഞ്ഞാണ് പൈസാ വാങ്ങിയത്; അയാൾ തവള ഏജന്റായിരുന്നു. ഞങ്ങളിനീം എന്തു ചെയ്യും.?' 'കടിച്ചതും പോയല്ലോ പിടിച്ചതും പോയല്ലോ?'

അന്നേരം തവള അപ്പൂപ്പൻ പറഞ്ഞു- 'ഒട്ടേറെ രോഗങ്ങൾ നാടു നീളെയുണ്ട്. ഒരു കാലത്ത് നിങ്ങൾ കേട്ടിട്ടില്ലാത്ത ഡങ്കിപ്പനിയും, ചിക്കൻ ഗുനിയയുമില്ലേ?'

'ഈ വക രോഗങ്ങൾ വരാതെ കൊതുകുകളിൽ നിന്നും മനുഷ്യരെ രക്ഷിച്ചിരുന്നത് തവളകളായിരുന്നു. അവരെയാണ് നമ്മൾ നശിപ്പിച്ചു കളഞ്ഞത്. എല്ലാം ലാഭത്തിനു വേണ്ടി തന്നെ! 'നമുക്ക് വേണ്ടത്ര അറിവില്ലാത്തതിനാൽ ഓരോന്നു ചെയ്യുന്നു'. 'പ്രകൃതിയിലുള്ള ഓരോ ജീവിക്കും ഓരോ കടമ ചെയ്യാനുണ്ട്. അതിനാണവരെ സൃഷ്ടിച്ചിരിക്കുന്നത്'. 'നിങ്ങൾ ചില വസ്തുതകൾ അറിയണം. ' 'നിങ്ങളെ ഒരു ക്ഷണം കൊണ്ട് ഇല്ലാതാക്കാം' അന്നേരം അപ്പൂപ്പന്റെ ഭീകരരൂപം കാണിച്ചു. മരത്തോളം വളർന്ന് - ദംഷ്ട്രങ്ങളും നീണ്ട കൂർത്ത നഖങ്ങളുമായി .... കരഞ്ഞുകൊണ്ട് കാലിൽ വീണു. അപ്പോൾ തവളയപ്പൂപ്പൻ പറഞ്ഞു. വംശനാശം നേരിടുന്ന ജീവികളെ ഇല്ലാതെയാക്കരുത്. അദ്ദേഹം വാത്സല്യത്തോടെ.......... ഇവിടെ വരൂന്നു പറഞ്ഞപ്പോൾ, മരക്കൊമ്പിൽ ഇരുന്ന വർണ്ണപക്ഷികൾ താഴോട്ട് വന്ന് മാക്രോം, മാക്രോം പാടാൻ തുടങ്ങി. 'നോക്കൂ എണ്ണമറ്റ ഈ ജീവികളെ കൊന്നാൽ നിങ്ങൾക്ക് കിട്ടുന്ന തുശ്ചമായ കാശ്. ദോഷമോ - മനുഷ്യനും മറ്റുജീവികൾക്കും സർവ്വനാശവും! ഇപ്പോൾ കാര്യം മനസ്സിലായല്ലോ?' 'നാട്ടിൽ പോയിട്ട് സുഹൃത്തുക്കളോട് പറയണം നടന്ന കാര്യങ്ങൾ'

ആ ചെറുപ്പക്കാർക്ക് തിരിച്ചു പോകാൻ പറ്റാതെ വിഷമിച്ചിരുന്നു. കാരണം തവളക്കച്ചവടക്കാരന് കൊടുക്കാൻ തവളയില്ലാ! എന്ന പ്രയാസം.അവരുടെ മനസ്സറിഞ്ഞ അപ്പൂപ്പൻ പറഞ്ഞു. 'നിങ്ങൾ അവിടെ ചെല്ലുമ്പോൾ ചാക്ക് നിറയെ തവളയുണ്ടാകും. പക്ഷെ അയാളുടെ കൈയ്യിൽ കൊടുത്താൽ എല്ലാം പറന്ന് പഴയപോലെ ഈ വൃക്ഷത്താഴെപ്പോരും. സമ്മതിച്ചോ?' ശരി, അങ്ങനെ തവളപിടുത്തക്കാരെ സമാധാനത്തോടെ നാട്ടിലേക്ക് പറഞ്ഞു വിട്ടു. അപ്പൂപ്പൻ ചിരിച്ചോണ്ട് നിന്നു.

ഉണ്ണിയും ആനയച്ഛനും

അവരുടെ വിവാഹം കഴിഞ്ഞിട്ട് കുറെ വർഷങ്ങളായി, എന്നാൽ അവർക്ക് കുട്ടികളില്ലായിരുന്നു! ഒരോ ചികിത്സക ളും വഴിപാടും നടത്തി. ഒടുവിൽ ആരോ പറഞ്ഞു 'ഗുരുവായൂര് പോയി സങ്കടം പറയാൻ.' അതനുസരിച്ച് അങ്ങനെ ചെയ്തു. പല വഴിപാടുകളും നിശ്ചയിച്ചു പ്രതീക്ഷയോടെ മടങ്ങിപോയി.

അവരുടെ പ്രാർത്ഥന ഫലിച്ചു. ഒരാൺകുട്ടി. കുഞ്ഞിന് ചോറൂണും ആന ഊട്ടും, അന്നദാനവും നേരത്തെ നിശ്ചയിച്ച പോലെ നടത്തി. ഉണ്ണിയുമായി സന്തോഷത്തോടെ നടവിട്ടിറ ങ്ങി. ശകലം മുന്നോട്ട് ചെന്നപ്പോൾ തിരിഞ്ഞു നിന്ന് ഒരു കാര്യം ഭർത്താവിനോട് പറഞ്ഞു 'ഹയ്യോ ചേട്ടാ ഞാൻ ഒരു കാര്യം മറ ന്നു പോയി.' 'കുഞ്ഞിനെ ആനകൈയ്യിൽ ഒന്ന് ആട്ടണമെന്ന് പ്രാർത്ഥിച്ചിരുന്നു.'

അവര് തിരിച്ചു വന്നു. ആന പാപ്പാനോട് പറഞ്ഞു. 'ക്ഷമിക്ക ണേ ഉണ്ണിയെ ആനയുടെ തുമ്പികൈയ്യിൽ ഒന്ന് ആട്ടിത്തരണേ.' കൂട്ടത്തിൽ ശാന്തനായ ഗണേശൻ എന്ന ആനയെ വിളിച്ച് 'ഈ കുഞ്ഞിനെ നീ ഒന്ന് ആട്ടികൊടുക്കണേ.' ഗണേശൻ വാവേ സൂക്ഷിച്ചു നോക്കി. പൊന്നിൽപ്പൊതിഞ്ഞ് പട്ടുവസ്ത്രങ്ങളും അണിയിച്ച് ഓമനക്കുട്ടനെ വളരെ സന്തോഷത്തോടെ ആനയു ടെ കൈയിൽ അമ്മ തന്നെ വച്ചുകൊടുത്തു. ഉണ്ണിയെ പ്പയ്യെ, പ്പ യ്യെ ആട്ടിതുടങ്ങി. തിരികെ അമ്മയുടെ കൈയ്യിൽ കൊടുത്ത പ്പോൾ ഉണ്ണി വല്ലാതെ നിലവിളി തുടങ്ങി. വീണ്ടും കൊടുത്തും മേടിച്ചും ചിരിച്ചും കരഞ്ഞും കുറെ സമയം കഴിഞ്ഞു. കുഞ്ഞ് ആനകൈയ്യിൽ നിന്നും പോകുന്നില്ലാന്ന് ഗണേശനു മനസിലാ യി. അവൻ ചുവടുകൾ മാറ്റി, മാറ്റി കുഞ്ഞുമായി കാട്ടിലേയ്ക്ക് കടന്നുകളഞ്ഞു!

അച്ഛനമ്മമാർ തലതല്ലി ആനപ്പുറകേ ഒരുപാട് ഓടീട്ട് ഒരു ഫലവും ഉണ്ടാകാതെ നിലത്ത് വീണ് അവശരായി.

കുഞ്ഞുമായി നടന്ന് അകന്ന ഗജവീരൻ കൂടെ കൂടെ പൈതലിന്റെ മുഖത്ത് സൂക്ഷിച്ചുനോക്കികൊണ്ടിരുന്നു. വെയിലേൽക്കാതിരിക്കാൻ തണൽ നോക്കിയാണ് സഞ്ചരിച്ചിരുന്നത്. കുറെ അങ്ങ്ചെന്നപ്പോൾ ആനച്ഛൻ വാവെ ശ്രദ്ധിച്ചു. ഹയ്യോ! കുഞ്ഞിന്റെ ചുണ്ട് വരണ്ടിരിക്കുന്നല്ലോ? പാലു കുടിച്ചിരുന്ന കുഞ്ഞല്ലോ. അത് ഓർത്ത് മുന്നോട്ട് ചെന്നപ്പോൾ കന്നുക്കാലികൾ മേയുന്ന ഒരു പാടം കണ്ടു.

ധാരാളം കന്നകാലികൾ അവിടെ മേയുന്നുണ്ടായിരുന്നു. ഒരു പശുക്കിടാവ് തുള്ളിച്ചാടി ഓടിച്ചെന്ന് അമ്മയുടെ അകിട്ടിൽത്തട്ടി പാലുകുടിക്കുന്നു. കിടാവിന്റെ വായിലൂടെ പാലിന്റെ പത ഒഴുകികൊണ്ടിരിക്കുകയാണ്. ഗണേശൻ അങ്ങോട്ടുചെന്ന് 'പശുയമ്മേ എന്റെ കുഞ്ഞിനുകൂടി ഇത്തിരി പാലു തരുമോ?' പശു തല കുലുക്കി! തുമ്പികൈ അകിടിനോട് ചേർത്ത് വച്ചുകൊടുത്തു. വേണ്ടുവോളം പാലുകുടിച്ചു. വീണ്ടും യാത്ര തുടർന്നു.

ആനത്താവളം അടുക്കാറായി അങ്ങോട്ടു ശ്രദ്ധിച്ചു! അവന്റെ ഭാര്യ പ്രസവിച്ചിട്ട് അധികം ആയിട്ടില്ല. കുട്ടി കുറുമ്പ് കാണിച്ചുകൊണ്ട് അമ്മയുടെ കൂടെ നടക്കുകയാണ്. ഗണേശൻ മനസ്സിൽപ്പറഞ്ഞു. അവൻ എന്റെ ഈ ഉണ്ണിക്ക് ഒരു കൂട്ടാവും! രണ്ടു പേരും ഒരു പോലെ വളരട്ടെ! താവളത്തിനടുത്ത് എത്തിയപ്പോൾ അവന്റെ ഭാര്യ അവനെ സൂക്ഷിച്ചുനോക്കി. ങ്ഹേ, ഒരു മനുഷ്യക്കുഞ്ഞോ? അതെ നമ്മുടെ മകനേപ്പോലെ നോക്കി വളർത്തണം.

ആനച്ഛന്റെ വിചാരം വാവേ എവിടെക്കിടത്തും? മാർദ്ദവമുള്ള തൊലി കൊണ്ട് തൊട്ടിൽ കെട്ടി. വെള്ളം വീഴാതിരിക്കാൻ മരപ്പട്ട വലിച്ചുകെട്ടി. കുഞ്ഞ് അണിഞ്ഞിരുന്ന ആടയാഭരണങ്ങള ഒരു മരപ്പൊത്തിൽ സൂക്ഷിച്ചുവച്ചു. നേരം വെളുത്താൽ ഉണ്ണിയുടെ മുഖം നക്കി തുടയ്ക്കും. മേച്ചിൽ സ്ഥലങ്ങളിൽപ്പോയി സമയാസമയങ്ങളിൽ പാലുകൊടുക്കും. ദിവസവും രാവിലെ കാട്ടിലൂടെ കുഞ്ഞുമായി ഒരു സവാരി. അത് കഴിഞ്ഞ് പുഴയിൽപ്പോയി അച്ഛനും, മകനും ഒരു കുളിയും. ആനച്ഛനും മകനും കൂടിയുള്ള സർക്കീട്ട് ഉണ്ണിക്ക് പ്രിയങ്കരമായിരുന്നു. ഭക്ഷണം കഴിക്കാറായപ്പോൾ കായ്കനികൾ തിറ്റിച്ചുതുടങ്ങി. അങ്ങനെ പ്രകൃതിയോടിണങ്ങി അവൻ വളരുകയായിരുന്നു.

കുട്ടികൊമ്പനും ഉണ്ണിയും കൂടിയുള്ള കളികൾ അച്ഛനമ്മമ്മാർ വാത്സല്ല്യത്തോടെ നോക്കി നില്ക്കുമായിരുന്നു.

ഇപ്പോൾ കുഞ്ഞിന് അഞ്ചു വയസ്സായി. കാട്ടുമൃഗങ്ങൾ എല്ലാം അവന്റെ ചങ്ങാതിമാരായിത്തീർന്നു. മൃഗഭാഷയും പക്ഷി ശബ്ദങ്ങളും അവൻ തിരിച്ചറിഞ്ഞു കഴിഞ്ഞു. ഒരു മരത്തിൽ നിന്നും മറ്റു മരത്തിലേക്ക് ചാടാനും അനായാസം ശീലിച്ചു. അമ്പും വില്ലും ഉപയോഗിച്ച് ശത്രുക്കളെ തുരത്താനുള്ള വിദ്യയും അഭ്യസിച്ചു കഴിഞ്ഞു.

ഇപ്പോൾ ഉണ്ണിയ്ക്ക് പതിനാറുവയസ്സ്. ആനച്ഛൻ അവനെ സൂക്ഷിച്ചുകൊണ്ടേയിരുന്നു. അപ്പോഴും പുഴയിലെ കളിയും കാട്ടുസഞ്ചാരവും ദിനചര്യായിരുന്നു. ഒരു ദിവസം വലിയ മരത്തിന്റെ മുകളിൽ ഏറുമാടം കെട്ടികൊണ്ടിരിക്കയായിരുന്നു. രാത്രികാലങ്ങളിൽ കിടക്കാൻ! ഏറുമാടത്തിൽ വിശ്രമിച്ചിരിക്കുമ്പോൾ കാട്ടിലില്ലാത്തൊരു മണം. പുകച്ചുരുളുകൾ ഉയരുന്നപോലെ! ആലോചിച്ചിരുന്നു! എന്താണാവോ? സൂക്ഷ്മതയോടെ നോക്കിയിരുന്നു. മൂന്നാലുപേർ ഇഴഞ്ഞു കാട്ടിലൂടെ വരുന്നതുകണ്ടു. തുടർന്ന് വെടിപൊട്ടി! കാട്ടിലെ പക്ഷിമൃഗാദികൾ പ്രാണനും കൊണ്ടു പാഞ്ഞു പോകുന്നു! നേരം വെളുത്തപ്പോൾ തനിയെ പോയി നോക്കി. കാട്ടിലെ വലിയ കൊമ്പനെ കൊന്ന് കൊമ്പറത്ത് എടുത്തിരിക്കുന്നു. അവന്റെ നെഞ്ച് പിളർന്നുപോയി! കാട്ടുകള്ളന്മാർ വലിയ കൊമ്പുള്ള അവന്റെ ആനച്ഛനേയും കൊല്ലുമോ? അന്നവനുറങ്ങിയില്ലാ.

നേരം പുലർന്നപ്പോൾ സാധാരണയുള്ള സവാരിക്ക് പോയി. ആനച്ഛനോട് കാര്യം പറഞ്ഞു. കൊന്നിട്ട, കൊമ്പന്റെ അടുത്തേക്ക് ആയിരുന്നു. അപ്പോൾ ഉണ്ണിയെ എങ്ങനെ രക്ഷിക്കണം എന്ന ചിന്തയിലും.

വീണ്ടും ഒരു ദിവസം ഏറ്റവും മുകളിലെ മരത്തിലിരിക്കുമ്പോൾ അസ്സാധാരണമായി പക്ഷികൾ കരഞ്ഞലച്ചുകൊണ്ട് പറന്നുപോകുന്നു! കാര്യം നുഴഞ്ഞുകയറ്റക്കാർ. അനങ്ങാതെ പതിയിരിക്കുന്നു.! വേഗം തന്നെ അമ്പും വില്ലും കൊണ്ട് അവരെ തീർത്തു. വീണ്ടു രാവിലെ ചെന്നുനോക്കിയപ്പോൾ അവർ അസ്ഥിമാത്രമായികിടക്കുന്നു.! കാട്ടിലെ അതിദയനീയമായ കാഴ്ചകൾ! ആനച്ഛൻ പറഞ്ഞു 'വാ മോനെ നമുക്ക് കറങ്ങാൻ പോകാം.' നല്ല മരച്ചട്ട ഇടീച്ചു. പോതിൽ സൂക്ഷിച്ചിരുന്ന ആടയാഭരണങ്ങൾ ചട്ടയിൽ എടുത്തുവച്ചു. അവർ യാത്രയായി. പഴയ വഴികളോ

വീടുകളോ ഒന്നും തിരിച്ചറിയാൻ കഴിയുന്നില്ലാ. ഒരു തരത്തിൽ ഉണ്ണിയുടെ വീട് ലക്ഷ്യം വച്ചു നടന്നു തുടങ്ങി. ഇളംതിണ്ണയിൽ വെയിൽ തട്ടിയപ്പോൾ അമ്മ പതിവില്ലാതെ ഉമ്മറത്തേക്ക് വന്നു. കിഴക്കോട്ട് നോക്കിയപ്പോൾ ആനപ്പുറത്ത് വെളുത്തുതടിച്ച ഒരു ആൺകുട്ടിയിരിക്കുന്നു. പയ്യെ ചുവടുകൾ വച്ചാണ് ഗണേശൻ നടന്നത്. കുഞ്ഞിന്റെ അമ്മയെ ദൂരെ വച്ചേ മനസ്സിലായി, തുമ്പിക്കൈ ഉയർത്തി ക്ഷമാപണം പറഞ്ഞു. കരഞ്ഞോണ്ട് വിട്ടു മുന്നിലെത്തി. മെല്ലേ ഉണ്ണിയെ താഴെ ഇറക്കി. തുമ്പി കൈയ്യിലൂടെ മകനെ അമ്മയുടെ കൈയ്യിൽ ഏൽപിച്ചു. പുറകിൽ സൂക്ഷിച്ചിരുന്ന സ്വർണ്ണാഭരണങ്ങളും പട്ടുവസ്ത്രങ്ങളും തറയിൽ വീണ് തേങ്ങി. അമ്മയുടെ സ്വന്തം ഉണ്ണി, പതിനാറുവർഷങ്ങൾക്കു മുൻപ് ആന കൈയ്യിലാട്ടാൻ കൊടുത്തവൻ! അമ്മ മകനെ കെട്ടിപ്പിടിച്ച് കരയുന്ന കാഴ്ച്ച കാണാൻ വയ്യാതെ ക്ഷമാപണത്തോടെ ഉറക്കെപ്പൊട്ടിക്കരഞ്ഞുകൊണ്ട് ആനച്ഛൻ തിരികെ പോയി.

www.ingramcontent.com/pod-product-compliance
Lightning Source LLC
LaVergne TN
LVHW060419051026
849518LV00007B/2621
9788195964758